मी शास्त्रज्ञ कसा झालो?

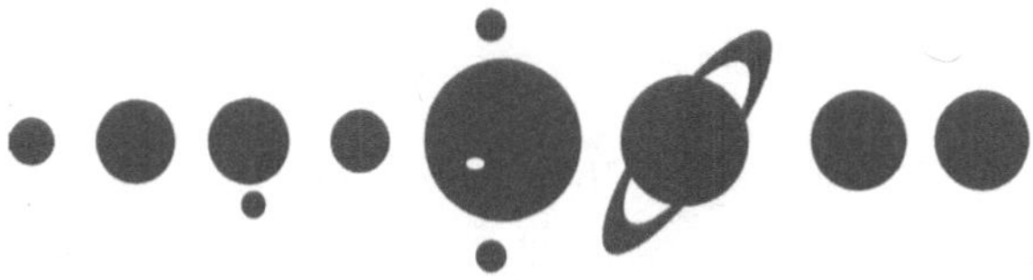

डॉ. जयंत नारळीकर

सकाळ प्रकाशन

सकाळ प्रकाशन

Me Shastradnya Kasa Zalo?
© Dr. Jayant Narlikar

मी शास्त्रज्ञ कसा झालो?

लेखक : डॉ. जयंत नारळीकर

प्रथम आवृत्ती : मे २०१८

मुखपृष्ठ : किरणकुमार पवार, पुणे

मांडणी : यशोधन लोवलेकर

प्रकाशक : सकाळ मीडिया प्रा. लि.
५९५, बुधवार पेठ,
पुणे - ४११ ००२

ISBN : 978-93-87408-05-0

संपर्क : ०२०-२४४० ५६७७/८८८८८ ४९०५०
sakalprakashan@esakal.com

मनोगत

ऑक्टोबर १९६० मध्ये मी केंब्रिज विद्यापीठात संशोधनासाठी विद्यार्थी म्हणून दाखल झालो. त्यापूर्वी त्याच विद्यापीठात गणिताची ट्रायपॉसची परीक्षा देऊन मी बी.ए.ची डिग्री घेतली होती. गणिताच्या त्या परीक्षेत अनेक विषय असतात. त्यांत खगोलशास्त्र हाही एक विषय असतो. प्राध्यापक फ्रेड हॉएल यांची विश्वाच्या रचनेवरची लेक्चर्स ऐकून मी त्यांच्या मार्गदर्शनाखाली संशोधन करायचे ठरवले होते. त्याप्रमाणे ऑक्टोबर मध्ये हॉयेल यांनी सुचवलेल्या काही प्रश्नांचा अभ्यास करायला मी सुरुवात केली.

परंतु जानेवारी १९६१ मध्ये माझ्या संशोधनाला एक वेगळीच दिशा मिळाली. त्या महिन्यात केंब्रिज येथील रेडिओ खगोलशास्त्राचे प्राध्यापक मार्टिन राइल यांनी विश्वाचे रेडिओलहरींद्वारा काही वेध पूर्ण केले. त्या वेधांद्वारे त्यांनी असा निष्कर्ष काढला की हॉएल यांनी १९४८मध्ये मांडलेला स्थिरस्थितीच्या विश्वाचा सिद्धांत चुकीचा आहे. लवकरच लंडनच्या सुप्रसिद्ध रॉयल ॲस्ट्रोनॉमिकल सोसायटीच्या आमसभेत आपला हा निष्कर्ष गाजावाजा करून जाहीर करायचा त्यांनी निर्णय घेतला.

राइल यांनी हॉएल ना दिलेले एक आव्हानच होते हे! कारण हॉएल व त्यांचे दोन सहयोगी हरमन बॉण्डी आणि टॉमी गोल्ड हे स्थिरस्थिती विश्वाच्या सिद्धांताचे जनक होते. ह्या आव्हानचे चोख उत्तर द्यायला राइल यांच्या वेधांची चाचणी करून खरोखर त्यांतून स्थिर स्थिती विश्वाचा सिद्धांत टाकाऊ ठरत नाही. हे दाखवणे आवश्यक होते. तसे सिद्ध करून दाखवण्यासाठी हॉएलनी माझी मदत घेतली आणि लवकरच राइलना देण्याजोगे उत्तर आम्हाला सापडले. राइलचे भाषण झाल्यावर हे उत्तर सभेसमोर मांडण्यासाठी रॉयल ॲस्ट्रोनॉमिकल सोसायटीने आम्हाला दहा मिनिटांचा अवधी दिला होता.

अर्थात् हॉएल स्वत:च हे उत्तर सभेसमोर मांडतील असे मी गृहीत धरले होते परंतु त्यानी मला अश्चर्याचा धक्काच दिला. ''त्या दिवशी लंडनमध्येच एका कॉलेजात माझे व्याख्यान आधीच ठरले असल्याने मी त्या सभेला हजर राहू शकत नाही तेव्हा माझ्या ऐवजी तूच हे उत्तर मांड''.

हॉएल यांचे हे बोलणे ऐकून मी चाटच पडलो. मी एक नवखा विद्यार्थी, संशोधनाचा काहीच अनुभव नसलेला, अशा महत्त्वाच्या वादात भाग घेऊ शकेन का? मी का कू करत आहे हे पाहून हॉएल म्हणाले ''जर आपले गणित बरोबर

आहे यावर तुझा विश्वास असेल तर तुला घाबरण्याचे काहीच कारण नाही.'' दहा मिनिटांच्या थोड्या वेळेत मुद्देसूदपणे आपली बाजू कशी मांडता येईल याबद्दल त्यांनी माझ्याशी चर्चा केली आणि आखाड्यात सोडून दिले.

त्या दिवशी राइलच्या व्याख्यानानंतर जेव्हा मला पाचारण करण्यात आले तेव्हा मी न घाबरता आमची बाजू मांडू शकलो आणि जाणकार लोकांना तिचा बिनचूकपणा पटवू शकलो.

माझ्या जीवनात हा दिवस महत्त्वाचा वाटतो कारण त्या दिवशी मला आत्मविश्वास लाभला. वैज्ञानिक वादात स्वत:ची बाजू भक्कम असली तर प्रतिस्पर्धी कितीही प्रतिष्ठित असला तरी घाबरण्याची आवश्यकता नाही हे मला पटले आणि त्याचे श्रेय मी माझ्या गुरूंना, हॉएलना देतो.

मला वाटते, आत्मविश्वास ही गुरुकडून शिष्याला मिळू शकणारी सर्वात महत्त्वाची देणगी आहे. आजच्या आपल्या शिक्षणपद्धतीत ही देणगी दुर्मीळ झाली आहे. पाठांतर करून, विषय समजल्याशिवाय

शिक्षकाने सोडवून दिलेले प्रश्न जसेच्या तसे उतरवून विद्यार्थ्यांस हा आत्मविश्वास मिळत नाही. 'स्पेशल क्लासेस' ना जाऊन परीक्षेत येणाऱ्या प्रश्नांची उत्तरे कशी लिहावीत हे शिकून तो मिळत नाही.

ज्या प्रमाणे पाण्यात पडल्याशिवाय पोहायला शिकता येत नाही त्याचप्रमाणे अभ्यासक्रमातले प्रश्न स्वत: सोडवायची ऐपत आल्याशिवाय विषय समजत नाही. प्रतिभावंत विद्यार्थ्यांना चमच्यानी ज्ञान भरवण्यापेक्षा त्यांच्यामध्ये जिज्ञासेपायी ते स्वत: मिळवण्याची उत्कंठा उत्पन्न करणे आणि त्यासाठी धडपड करण्याची प्रवृत्ती त्यांच्यात आणणे ही शिक्षकापुढे असलेली आव्हाने आहेत. ही प्रवृत्ती निर्माण करण्यासाठी विद्यार्थ्यांनी शिक्षकांबरोबरच पुस्तकांनाही गुरू मानले पाहिजे.

'मी शास्त्रज्ञ कसा झालो?' हे पुस्तक म्हणजे विविध व्याख्याने, लेख आणि मुलाखतींमधून मी जे विज्ञानवादी विचार मांडत आलो, त्या विचारांचे संकलन आहे. या पुस्तकातून विद्यार्थी वाचक आणि इतर वाचकांच्या मनात विज्ञानाविषयी जिज्ञासा निर्माण होईल आणि विज्ञानवादी भूमिकेतून विचार करण्याचे महत्त्व त्यांना पटेल, असा मला विश्वास वाटतो.

जयंत नारळीकर

अनुक्रमणिका

१.

मी शास्त्रज्ञ कसा झालो?

आजची संस्कृती ज्या विज्ञान आणि तंत्रज्ञानावर आधारलेली आहे; त्यांच्या मुळाशी आहे शुद्ध विज्ञान. विज्ञानाचा विकास जिज्ञासेतून होतो. पूर्वीच्या काळापासून मानवी अस्मिता निसर्गाची गूढ कोडी उलगडण्यासाठी धडपडते आहे आणि अशाच प्रयत्नांतून आजच्या विज्ञानाचा डोलारा उभा राहिला आहे.

पूर्वीचे ऋषीमुनी ज्ञानोपासनेसाठी खडतर तप करत असत. सृष्टीची गुढे उकलण्याच्या सतत चालू राहिलेल्या प्रयत्नांत वैज्ञानिकांना देखील अशा अनेक कष्टांतून जावे लागते. यश मिळाल्यावर तृप्तीचे क्षणही अनुभवायला मिळतात. पण त्यासाठी कष्ट करावे लागतात, कारण वैज्ञानिकाची अंत:प्रेरणा त्याला जणू सांगत असते, की तुला भेडसावणाऱ्या प्रश्नाचे उत्तर खचितच अस्तित्वात आहे, पण ते शोधायला खूप प्रयत्न करावे लागतील. असे खडतर प्रयत्न करून अखेर 'उत्तर' मिळाले की झालेला आनंद अवर्णनीय असतो.

खरेच, विज्ञानाचा इतिहास अशा कितीतरी वैज्ञानिकांची नावे सांगतो, ज्यांनी खडतर तपानंतर तृप्तीचा अनुभव घेतलेला आहे. अशांची काही उदाहरणे आता पाहू या. मी जेव्हा ही उदाहरणे निवडली, तेव्हा माझ्या लक्षात आले की ही सर्वच्या सर्व उदाहरणे, मी जेथे शिकलो त्या केंब्रिज विद्यापीठातील आहेत. नि:पक्षपातीपणे पाहिले तर असे म्हणणे अतिशयोक्तीचे ठरणार नाही, की वैज्ञानिक शोधांची इतकी दीर्घ परंपरा असलेली दुसरी कुठली संस्था सापडणे कठीण आहे.

माझी प्रेरणास्थाने :

आयझॅक न्यूटन

न्यूटनचा जन्म होऊन साडेतीन शतके उलटली. भारतीय शास्त्रज्ञांपैकी मेघनाथ साहा आणि सत्येंद्रनाथ बोस यांची जन्मशताब्दी वर्षे आपण साजरी केली. त्या तुलनेत एखाद्या शास्त्रज्ञाच्या जन्माची साडेतीन शतके साजरी करणे म्हणजे त्यामागे मोठीच दीर्घ परंपरा असणार! अशा या न्यूटनबद्दल थोडी माहिती घेऊ या.

सर आयझॅक न्यूटन

आपण एखादा चेंडू वर फेकला की तो काही वेळाने खाली पडतो. असे का घडते? झाडावरून फळे तुटून खालीच का पडतात? हा प्रश्न सोडवण्यात महत्त्वाची कामगिरी बजावली ती इंग्लंडमधील तरुण शास्त्रज्ञ आयझॅक न्यूटन यांनी. आयझॅक न्यूटन हे एकलकोंडे, पण अतिशय बुद्धिमान आणि खूप मेहनत घेणारे व्यक्तिमत्त्व होते. असे म्हणतात की, आपल्या घरामागच्या सफरचंदाच्या झाडांच्या बगिच्यात एका झाडाखाली विचार करत बसलेल्या न्यूटनच्या डोक्यावर एक सफरचंद पडले. तेव्हा त्यांच्या मनात हाच प्रश्न डोकावला आणि विचारांती त्यांनी उत्तर काढले, की सफरचंद खालीच पडले, कारण त्याला पृथ्वीकडे आकर्षित करणारे एक बळ असावे. त्याला त्यांनी गुरुत्वाकर्षण (ग्रॅव्हिटेशन) असे नाव दिले. ही दंतकथा म्हणून रोचक वाटली तरी तिच्यामुळे न्यूटन यांच्या कर्तृत्वावर, त्याचप्रमाणे त्यांच्या आधी होऊन गेलेल्या केप्लर आणि गॅलिलिओ या शास्त्रज्ञांच्या शोधांवर आणि एकंदरच खगोलविज्ञानाच्या इतिहासावर अन्याय होतो. नुसते सफरचंद डोक्यावर पडणे राहू द्या, पण वरून जमिनीवर पडणाऱ्या सफरचंदाचे अगदी अद्ययावत उपकरणांनी निरीक्षण केले तरी त्यातून व्यस्तवर्गाचा नियम सापडणे अशक्य आहे. सफरचंदामुळे न्यूटन जरी या विषयावर विचार करू लागले असले तरी हा सिद्धांत गणिती रूपात मांडायला त्याला खरी मदत झाली ती खगोलशास्त्रातल्या वेधांमुळे.

न्यूटनना व्यस्तवर्गाचा (इन्व्हर्स स्क्वेअर लॉ) नियम सापडला तरी कसा?

आकाशातील चंद्र तसेच गुरू, मंगळ इत्यादी ग्रह, त्यांची गती यांचा दोन दशके अभ्यास करून मगच न्यूटनना हा नियम गवसला. न्यूटनपूर्वी कोपर्निकस,

गुरुत्वाकर्षण नसले तर?

पृथ्वीवर आपल्या सर्वांना गुरुत्वाकर्षणाची इतकी सवय झाली आहे की, गुरुत्वाकर्षण नसले तर काय होईल याची कल्पना करणे अवघड आहे. आपण जड वस्तू उचलतो, जिना चढतो, डोंगर सर करतो तेव्हा आपल्याला परिश्रम करावे लागतात, कारण प्रत्येक ठिकाणी पृथ्वीच्या गुरुत्वाकर्षणाला तोंड द्यावे लागते. वस्तू जड लागते. कारण तिचे वस्तुमान जास्त असले तर पृथ्वी तिला अधिक तीव्रतेने ओढून घेऊ पाहते; म्हणून ती उचलायला श्रम लागतात. तोच प्रकार चढताना जाणवतो.

पण जेव्हा अंतराळवीर अंतराळयानातून पृथ्वीपासून लांब जातात, तेव्हा गुरुत्वाकर्षण जवळजवळ नाहीसे झाल्याचा त्यांना अनुभव येतो. अंतराळयानात ते तरंगू लागतात. भिंती किंवा छतावरून चालून जाणे त्यांना सहज शक्य होते! पण काही गोष्टींची नव्याने सवयही करून घ्यावी लागते. उदाहरणार्थ, पाणी भरलेला ग्लास उलटा केला तरी पाणी पडत नाही. तेच पाणी झटकून बाहेर काढले तर पाण्याचा गोळा हवेत तरंगतो !

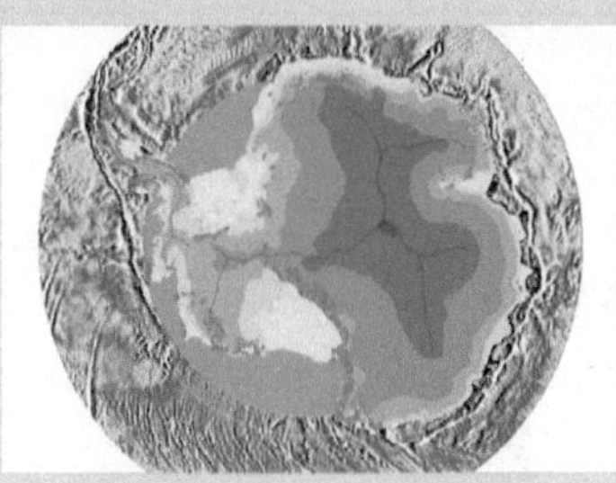

वाढते गुरुत्वाकर्षण

जर आपण पृथ्वीवरून गुरू ग्रहाकडे गेलो तर आपल्याला तिथे जबरदस्त आकर्षण जाणवेल. जर अंतराळवीर गुरुच्या पृष्ठभागावर उतरले तर त्यांना आपले वजन २.६४ पटीने वाढलेले जाणवेल. कल्पना करा... ३० किलोचा वजनाचा एखादा मुलगा जर गुरू ग्रहावर चालू लागला, तर त्याचे वजन सुमारे ७९ किलो इतके असेल. म्हणजे केवळ स्वत:च्या वजनामुळेच तो खाली कोसळेल. गुरुत्वाकर्षणाचा हा जबरदस्त प्रभाव अधिक वस्तुमानाच्या वस्तूंबाबतीत जास्त जाणवतो. ग्रहांपेक्षा ताऱ्यांचे वस्तुमान प्रचंड असल्याने त्यांच्या बाबतीत हे बळ बरेच महत्त्वाचे ठरते.

उदाहरणार्थ, सूर्याचे वस्तुमान सुमारे दोन हजार अब्ज अब्ज अब्ज किलो इतके आहे. ही संख्या किती मोठी आहे ती पहा, -

२,०००,०००,०००,०००,०००,०००,०००,०००,०००,०००

आता कल्पना करा, सूर्याचे वेगवेगळे घटक भाग एकमेकांना गुरुत्वाकर्षणामुळे जवळ खेचत आहेत. मग काय होईल? जर या बळाला विरोध करणारी दुसरी एखादी शक्ती सूर्यात नसेल, तर सूर्याचे आकुंचन सुरू होईल. सूर्य छोटा होत होत दिसेनासा होईल. आणि हे घडायला किती वेळ लागेल? निव्वळ एकोणतीस मिनिटे! यावरून सूर्यातल्या प्रखर गुरुत्वाकर्षणाची कल्पना येईल.

पण प्रत्यक्षात तसे घडत नाही. सूर्याचा आकार टिकून आहे याचे कारण सूर्याच्या अंतरंगात प्रचंड दाब आहेत. आतील वायू फार तप्त असल्याने हे दाब निर्माण होतात आणि ते सूर्याचे आकुंचन रोखून धरतात. पण त्यासाठी सूर्य सतत गरम राहायला पाहिजे. त्याच्या पृष्ठभागाचे तपमान सुमारे ५५०० सेल्सियस असले तरी केंद्राचे तपमान सव्वा कोटी सेल्सियसहून जास्त असते...! हे कसे शक्य आहे? कारण सूर्याच्या केंद्रस्थानी अणुप्रक्रिया चालू आहेत. तिथला हायड्रोजनचा साठा हळूहळू हेलियममध्ये रूपांतरित होत आहे. अशा अणुभट्टीतून प्रचंड प्रमाणात ऊर्जा बाहेर पडते. म्हणूनच सूर्य आतून गरम राहतो व बाहेरून सतत प्रकाशत असतो. हायड्रोजन बाँबमधून याच प्रक्रियेतून प्रचंड ऊर्जा बाहेर पडते.

गॅलिलिओ आणि केप्लर या शास्त्रज्ञांनी ग्रहांच्या आणि उपग्रहांच्या गतीचा पुष्कळ अभ्यास केला होता. पृथ्वीसह बुध, शुक्र, मंगळ, गुरू आणि शनी हे ग्रह ठरावीक कक्षेत सूर्याभोवती फिरतात तसेच चंद्र पृथ्वीभोवती आणि गुरुचे चार उपग्रह गुरूभोवती आपापल्या कक्षेत योजनाबद्ध रीतीने फिरतात, हे न्यूटनच्या काळी खगोलशास्त्रज्ञांना माहीत होते. पण ते तसे का फिरतात, या प्रश्नाचे उत्तर मात्र कोणाला माहीत नव्हते. योहान केप्लरने ग्रहांच्या दीर्घकालीन निरीक्षणातून त्यांच्या गतीचे नियम मांडले होते. केप्लरने ठरविलेल्या नियमांप्रमाणेच ग्रह का फिरतात? हा प्रश्न सोडविताना न्यूटन यांनी गणिताच्या एका नव्या शाखेचा - कलनशास्त्राचा (कॅल्क्युलस) शोध लावला. सफरचंद पृथ्वीच्या आकर्षणामुळे पृथ्वीवर पडले. असेच आकर्षण सूर्य आणि ग्रह यांच्या दरम्यान असावे, हा न्यूटनचा तर्क. हे आकर्षणाचे बळ, अंतर वाढले की मंदावते. ते किती प्रमाणात मंदावते, याचे उत्तर 'व्यस्त वर्गाच्या प्रमाणात' असे शोधून काढताना त्यांना केप्लरच्या नियमांचा आधार मिळाला.

दोरीला दगड बांधून तो दोरीच्या दुसऱ्या टोकाभोवती गरागरा फिरवला तर तो गोलाकार कक्षेत फिरतो. पण त्या दगडाला बांधलेली दोरी ताणलेली असते. याचा अर्थ तो दगड दोरीच्या दिशेने कक्षेच्या केंद्राकडे खेचला जातो. न्यूटननी असा तर्क केला की चंद्र पृथ्वीभोवती फिरतो याचे कारण त्याला पृथ्वीकडे खेचणारे बळ असावे. म्हणजे पृथ्वी ज्याप्रमाणे सफरचंदाला किंवा चेंडूला आपल्याकडे खेचून घेते तसेच ती चंद्रालाही सतत खेचत असते. आणि अशाच प्रकारचे बळ ग्रहांना सूर्याकडेही खेचत असते. हे सर्व विचारांत घेऊन त्यांनी असा निष्कर्ष काढला की, गुरुत्वाकर्षणाचे बळ विश्वातल्या कुठल्याही दोन वस्तूंदरम्यान काम करत असते. त्या वस्तूंचे वस्तुमान जितके जास्त तितके हे बळ जास्त. तसेच, जसजसे त्यांच्यातले अंतर कमी होत जाते तसतसे त्यांच्यातले आकर्षणही वाढत जाते. न्यूटनने आपल्या शोधांची चर्चा करणारा 'प्रिंकिपिया' (Principia) ग्रंथराज लिहिला. तो काळ होता १६८६-८७ चा.

त्यानंतर तीन शतकांनी नोबेल पारितोषिक विजेते शास्त्रज्ञ सुब्रह्मण्यम चंद्रशेखर यांनी प्रिंकिपियाचे मूल्यांकन करणारे एक पुस्तक लिहिले. त्यात त्यांनी न्यूटन यांनी तीनशे वर्षांपूर्वी सोडविलेले प्रश्न आधुनिक गणिती पद्धतींचा आधार घेऊन सोडविले. पण त्यांनी आवर्जून ग्वाही दिली, की न्यूटनची प्रश्न सोडवायची पद्धत आधुनिक पद्धतीपेक्षा अधिक सरस ठरते. यावरून न्यूटन यांच्या मेहनतीची आणि बुद्धिमत्तेची कल्पना येते.

न्यूटनच्या तत्कालीन चरित्रकारांनी त्यांच्याबद्दल लिहिलेल्या वर्णनांतून त्यांच्या अशा तपात गुंतलेल्या दिनचर्येची थोडी माहिती मिळते. 'पी स्ट्यूकली' यांनी केलेले हे वर्णन पाहा, ''तो जेवायला डायनिंग हॉलमध्ये गेला की विचारात गुंतल्यामुळे त्याचे जेवायचेच राहून जाई आणि नोकरांनी जेवणानंतर टेबल आवरले तरी हा तिथेच बसलेला असे. चॅपलला जाण्याच्या दिवशी त्यासाठीचा झगा घालून तो बाहेर पडे. पण (विचारांच्या तंद्रीत) चॅपलला न जाता सेंट मेरी चर्चमध्ये किंवा डायनिंग हॉलमध्ये जाई. कधी आमंत्रित केलेले पाहुणे किंवा मित्र त्याच्या खोलीवर आले की त्यांच्यासाठी काही आणायला तो आतल्या खोलीत जाई. पण अशा वेळी काही विचार मनात आल्यामुळे तो तेथेच कागद पेन घेऊन बसे आणि बाहेर बसलेल्या पाहुण्यांना विसरून जाई....''

त्यांचा पुतण्या हम्फ्री न्यूटन म्हणतो, ''तो नेहमी अभ्यासात गुंतलेला असे आणि क्वचितच कोणाला भेटायला बाहेर पडे. तसेच त्याच्याकडे भेटीला येणारे निवडकच लोक होते. त्यांमधील एलिस, ट्रिनिटीतले लॉटन आणि विगानी नावाचे केमिस्ट यांच्या संगतीत त्याला पुष्कळ आनंद वाटे. एरवी मनोरंजनासाठी त्याने काही केल्याचे दिसत नाही. पायी किंवा घोड्यावर रपेट करणे, बोलिंग किंवा व्यायामाचे प्रकार, या सर्वांपासून तो अलिप्त होता. अशा गोष्टींमुळे विचार करायला आवश्यक असलेला वेळ फुकट जातो, म्हणून तो खोली सोडून क्वचितच बाहेर पडे. मात्र टर्म चालू असताना लुकेशियन प्राध्यापकाचे कर्तव्य पार पाडायला तो 'स्कूल्स'मध्ये जात असे... तो डायनिंग हॉलमध्ये जेवायलाही क्वचितच जाई... कधी खास प्रसंगी गेलाच तर गबाळ्यासारखा पोशाख करून बूट-मोजे अस्ताव्यस्तपणे घालून केस न विंचरता जाई.''

केल्व्हिन आणि मॅक्सवेल

'लॉर्ड'ची उपाधी मिळण्यापूर्वी आपल्या तरुण वयात लॉर्ड केल्व्हिन हा प्रख्यात शास्त्रज्ञ 'थॉमसन' या नावाने ओळखला जाई.

ही आख्यायिका आहे थॉमसन आणि त्यांचे सहाध्यायी 'पार्किन्सन' यांच्याबद्दल. ते दोघे त्यांच्या केंब्रिज ट्रायपॉस परीक्षेत पहिला क्रमांक पटकावण्याच्या शर्यतीत होते. परीक्षेचा निकाल जाहीर झाला तेव्हा पार्किंसन पहिला व थॉमसन दुसरा अशी स्थिती होती. इतर मुले परीक्षेच्या शर्यतीत पुष्कळ मागे होती. एका पेपरमध्ये परीक्षकाने एक विलक्षण अवघड वाटणारा असा प्रश्न दिला होता; जो सोडविण्यात फक्त हीच दुक्कल यशस्वी झाली होती. (त्या काळी सर्व प्रश्नांना समान गुण नसून अवघड प्रश्नांचे गुण-मूल्य पुष्कळ जास्त असे!) मात्र परीक्षकांना

लॉर्ड केल्व्हिन

जेम्स क्लार्क मॅक्सवेल

एक गोष्ट खटकली, की हा प्रश्न दोघांनी बरोबर त्याच पद्धतीने सोडविला होता. एका विद्यार्थ्याने दुसऱ्याची कॉपी तर केली नसेल? या शंकेचे निरसन करण्यासाठी त्यांनी प्रथम आलेल्या पार्किंसनला आधी बोलावले. ''हा अति अवघड प्रश्न सोडवायची रीत तुला कशी सुचली?'' त्यांनी पार्किन्सनला विचारले.

''सर, मी अधूनमधून अवांतर वाचनात, पाठ्यपुस्तकांपलीकडे जाऊन संशोधन प्रबंध प्रसिद्ध करणारी नियतकालिकेही वाचतो. अशाच एका नियतकालिकात एका प्रबंधात मला हा प्रश्न सोडवलेला दिसला. मात्र तो प्रबंध लिहिणाऱ्या लेखकाचे नाव मात्र दिलेले नव्हते.'' पार्किंसन उत्तरला.

परीक्षकांचे समाधान झाले. वास्तविक त्यांनीही याच प्रबंधातून तो प्रश्न उचलला होता. त्यांनी पार्किन्सनची पाठ थोपटली, की तो आपले ज्ञान केवळ पाठ्यपुस्तकांपुरतेच मर्यादित ठेवत नव्हता.

नंतर परीक्षकांनी थॉमसनला बोलावून किंचित् जरबेच्या भाषेतच विचारायला सुरुवात केली. ''मी घातलेला तो अमुक अमुक अवघड प्रश्न सोडवायची रीत तुला कशी माहीत झाली? नुकताच पार्किंसन येऊन गेला. तो म्हणतो, की नियतकालिकातील संशोधन प्रबंधात ही रीत - हा अख्खा प्रश्नच आहे. पूर्वीच्या वाचनातून लक्षात असल्याने त्याला हा प्रश्न सोडविता आला. तुलाही तसेच तर म्हणायचे नाही?''

''नाही सर!'' पुढे लॉर्ड केल्व्हिन ही मानाची उपाधी मिळविणारा थॉमसन उत्तरला. ''तो संशोधन प्रबंध मी लिहिला होता.''

या उत्तरावरून त्या विद्यार्थ्याच्या योग्यतेबद्दल पुष्कळ काही ध्वनित होते. पुढे याच थॉमसनने विज्ञानात विद्युत्चुंबकीय शास्त्र, उष्मागतिकी, गुरुत्वाकर्षण आदी क्षेत्रांत नेत्रदीपक संशोधन केले.

जेम्स क्लार्क मॅक्सवेल हा प्रख्यात वैज्ञानिक विद्यार्थीदशेत पहिल्या क्रमांकासाठी झटत होता. त्यांना आपण पहिले येणार याची इतकी खातरी होती, की सिनेट हाऊसमध्ये निकाल जाहीर होण्याच्या वेळी हजर राहण्याची त्यांना

गरज वाटली नाही. उलट आपल्या नोकराला त्यांनी पाठविले आणि सांगितले, ''जा, निकाल ऐकून दुसरा कोण आला ते सांग.'' कारण मॅक्सवेलला आपल्या प्रतिस्पर्ध्यांपैकी दुसरा कोण येतो ते पाहायचे होते. ''जी साब!'' असे काहीसे म्हणत नोकर गेला आणि निकाल ऐकून परत आला.

''सांग तर दुसरा नंबर कोणाचा आला?'' मॅक्सवेलने उत्सुकतेने विचारले.

''साहेब तुमचाच!'' नोकर उत्तरला.

या उत्तराने मॅक्सवेलची खचितच निराशा झाली असणार. त्याला परीक्षेत सर्वोच्च यश मिळाले नाही. पण अधिक महत्त्वाची गोष्ट म्हणजे त्यापुढे संशोधन क्षेत्रात थॉमसनप्रमाणे मॅक्सवेलने देखील उश्मागतिकी आणि विद्युत्चुंबकीय शास्त्रात विलक्षण कामगिरी करून दाखवली. ही दोन्ही उदाहरणे काय दर्शवितात? वैज्ञानिकाच्या जीवनात स्वतंत्रपणे विचार करून शोध लावणे हेच खरे महत्त्वाचे. जरी परीक्षेत तुमचा पहिला क्रमांक निसटला तरी निराश होण्याची गरज नाही. थॉमसन आणि मॅक्सवेलच्या वेळी पहिले आलेले आज आपल्या कामगिरीबद्दल कोणाला ठाऊक आहेत? पुष्कळदा पाठांतर आणि निव्वळ मेहनत करून पहिला नंबर मिळविलेले, पण मुळात संशोधनाची आवड नसलेले विद्यार्थी पुढे वैज्ञानिक म्हणून गाजत नाहीत.

ब्रायन जोसेफसन

आता अगदी अलीकडच्या काळातील अशा एका प्रतिभावंताबद्दल मी सांगतो, जो एकेकाळी केंब्रिजमध्ये माझा सहाध्यायी होता. त्याचे नाव 'ब्रायन जोसेफसन'. आम्हा विद्यार्थ्यांपुढे जोसेफसनचे नाव झळकू लागले ते गणितज्ञ बेसिकोव्हिचने नोटीस बोर्डावर लावलेल्या सूचीतून. बेसिकोव्हिच अधूनमधून आव्हानात्मक प्रश्न नोटीस बोर्डावर लावीत असे. गणित विभागातील कोणीही हे प्रश्न सोडवावेत, अशी अपेक्षा असे. जे विद्यार्थी हे प्रश्न बरोबर सोडवीत, त्यांची नावे हे गणितज्ञ नोटीस बोर्डावर लावत असत. बरेच वेळा त्यात ब्रायन जोसेफसनचा समावेश असल्याने हा पुढे प्रख्यात गणितज्ञ होईल,असे आम्हा सर्वांना वाटे.

ब्रायन जोसेफसन

पण पुढे तो भौतिकशास्त्राकडे वळला. आपल्या पदवीपूर्व शेवटच्या वर्षात त्याने एक संशोधन प्रबंध लिहिला आणि नुकत्याच प्रसिद्धी

पावलेल्या एका प्रयोगातील महत्त्वाची चूक त्याने निदर्शनास आणून दिली. हा प्रयोग होता आइनस्टाइनच्या गुरुत्वाकर्षण सिद्धांताचे एक भाकीत तपासून पाहण्याचा. त्यामुळे हा प्रयोग अधिक काळजीपूर्वक पुन्हा करावा लागला. पण ही चुणूक होती जोसेफसनच्या संशोधनात्मक प्रतिभेची.... आता तो गणितातील मूलभूत प्रश्न सोडविण्याऐवजी भौतिक शास्त्राकडे वळत होता.

भौतिक शास्त्रज्ञांना जोसेफसनचे नाव माहीत आहे ते त्याच्या 'जोसेफसन जंक्शन' या नावाने गाजलेल्या शोधामुळे. पीएच.डी. करीत असताना लावलेल्या या अतिवाहकतेवरील शोधाला पुढे नोबेल पारितोषिक मिळाले.

माझे 'शास्त्र'प्रेम

संशोधनाचे उच्च शिखर गाठलेल्या महान शास्त्रज्ञांची काही उदाहरणे दिल्यानंतर मी आता सर्वसामान्य पातळीवर येऊन माझे स्वत:चे काही अनुभव सांगतो. हे आहेत माझ्या विद्यार्थी दशेतले... त्यामुळे शालेय विद्यार्थ्यांना रुचतील आणि पटतीलही.

शास्त्रवृत्तीचे बीजारोपण

माझ्या लहानपणीचा एक किस्सा आठवतोय. तेव्हा मी तिसरीत होतो. वर्गशिक्षकांनी आम्हा सर्व विद्यार्थ्यांना विचारले, ''तुमचे वडील काय करतात?'' आमची शाळा बनारस हिंदू विद्यापीठाच्या आवारात असल्याने आम्हा बहुतेक विद्यार्थ्यांचे वडील विद्यापीठात शिक्षक होते किंवा इतर कर्मचारी वर्गांपैकी होते. ''माझे वडील प्रोफेसर आहेत.'' मी उत्तरलो. ''प्रोफेसर, पण कुठल्या विषयाचे?'' शिक्षकांच्या या प्रश्नाला माझ्याकडे उत्तर नव्हते. तेव्हा त्यांनीच ते सांगितले: ''तुझे वडील गणिताचे प्रोफेसर आहेत.''

प्रो. विष्णू नारळीकर

हे उत्तर ऐकून मला विशेष आनंद वाटला. कारण गणित हा माझ्या आवडीचा विषय होता आणि आपल्याला सर्वांत प्रिय असलेला विषय आपल्या वडिलांचाही आवडता आहे ही जाणीव माझे मन सुखावून गेली. हा किस्सा सांगण्याचे विशेष कारण हे, की आपला आवडता विषय गणित म्हणून आपल्या मुलाने पण गणितात गोडी दाखववावी अशी सक्ती माझ्या वडिलांनी माझ्यावर कधीच

केली नाही. कधी कधी वडिलांच्या आवडीनिवडी मुलांवर बळजबरीने लादल्या जातात, तशी स्थिती माझ्या बाबतीत नव्हती.

पण मला गणितात रुची आहे, विज्ञान जवळचे वाटते, हे पाहून वडिलांनी त्या नैसर्गिक आवडीला खतपाणी घालायचे काम निश्चितपणे केले. गणितातील करमणुकीचे प्रकार विशद करणाऱ्या गोष्टी, कोडी, चुटके आदी त्यांनी माझ्या वाचनात आणले किंवा प्रत्यक्ष सांगितले. मी आणि माझ्या भावाने (धाकटा भाऊ अनंत माझ्यापेक्षा दोन वर्षांनी लहान होता आणि त्यालाही सुरुवातीपासून विज्ञानात रुची होती.) प्रयोग करावे म्हणून साहित्य पुरविले. विद्यापीठातले आमचे घर ऐसपैस असल्याने घरातच प्रयोगशाळा उभारून रसायनशास्त्राचे प्रयोग करणे शक्य झाले. त्या काळी दुसऱ्या विद्यापीठातून परीक्षा, मुलाखत, व्याख्यान आदींसाठी येणारी प्राध्यापक मंडळी गेस्ट हाऊस वा हॉटेलमध्ये न उतरता यजमान प्राध्यापकाच्या घरीच उतरत. म्हणून त्या काळातील प्रो. वैद्यनाथ स्वामी (चेन्नई), प्रो. थवानी (गोहत्ती) इत्यादींसारखी प्रसिद्ध गणिती प्राध्यापक मंडळी आमच्या घरचा पाहुणचार घेऊन गेली होती. ही मंडळी कसली चर्चा करतात, हे त्या वयात जरी कळत नव्हते, तरी त्यातील गणिताचे मुद्दे मधूनच कानांवर पडत. त्यामुळे गणित या विषयाबद्दल एक कुतूहलात्मक वातावरण मनावर प्रत्यक्ष-अप्रत्यक्ष परिणाम करीत गेले.

शालेय जीवन

माझ्या शालेय जीवनाच्या उत्तरार्धात, मी आठवीत गेलो असताना झालेली एक महत्त्वाची घटना म्हणजे आमच्या घरी माझ्या मोरुमामांचे (मोरेश्वर हुजूरबाजार) आगमन. बनारस हिंदू विद्यापीठातून गणितात एम.एस्सी. करण्यासाठी ते आमच्या घरी राहायला आले. त्यांनी मुंबई विद्यापीठातून बी.एस्सी. परीक्षेत उत्तम यश मिळविले होते. (ते पुढे गणिताचे प्राध्यापक झाले व मुंबईच्या इन्स्टिट्यूट ऑफ सायन्सचे संचालक म्हणून निवृत्त झाले.) मला गणित हा विषय आवडतो हे मोरुमामांच्या ध्यानात आले. आमच्या घरी वडिलांनी भिंतीवर दोन फळे करवून घेतले होते. त्यांचा उपयोग मी व माझा भाऊ काहीतरी (अभ्यासाचे किंवा अवांतर) लिहिण्यासाठी वा चित्रे काढण्यासाठी करीत असू. मोरुमामांनी हे ब्लॅकबोर्ड एका वेगळ्याच कारणासाठी वापरायला सुरुवात केली. मधून मधून ते फळ्यावर माझ्यासाठी एखादा आव्हानात्मक प्रश्न लिहित: "Challenge problem for JVN" या मथळ्याखाली. हा प्रश्न सुटेपर्यंत किंवा मी हार मानेपर्यंत (असे क्वचित् प्रसंगीच घडे हे सांगायला मला अभिमान वाटतो.) फळा पुसायचा नाही असा अलिखित नियम होता.

मोरुमामांचे प्रश्न माझ्या शालेय पाठ्यक्रमाबाहेरचे होते. ते सोडवायला तर्कशुद्ध विचार किंवा एखादी 'ट्रिक' लागे, ज्यातून गणिताचा एखादा नवा पैलू माझ्यापुढे येई. त्यातून मला हेही जाणवले की असे आव्हानात्मक प्रश्न सुटल्यावर एक वेगळेच समाधान लाभते. इथे हे देखील नमूद करावेसे वाटते की माझ्या शाळेतही काही शिक्षक असे भेटले, की ज्यांनी मला अशीच प्रेरणा दिली. माझे एकेकाळचे गणिताचे शिक्षक श्री. पांडे यांच्याकडे मी कधी कधी मोरुमामांचे आव्हानात्मक प्रश्न घेऊन जाई. वर्गात या प्रश्नांची चर्चा करायला ते वेळ काढत. आजच्या धकाधकीच्या जीवनात, मोठाल्या वर्गांपुढे जरुरीपेक्षा अधिक 'ज्ञान' कोंबलेला पाठ्यक्रम 'पुरा' करण्यात हवालदिल झालेल्या किती शिक्षकांना असे अवांतर पण गमतीदार गणित विद्यार्थ्यांपुढे आणायला वेळ आणि उत्साह असतो? भूमितीतला असाच एक प्रश्न पांडे सरांनी बोर्डावर चर्चिलेला मला आठवतो: 'जर एका त्रिकोणाचे - दोन कोन सम-द्विभाजकासारख्या लांबीचे असतील, तर तो त्रिकोण समद्विबाहू असतो.' ज्यांना भूमितीतले हे आव्हान पेलायचे असेल त्यांनी प्रयत्न करून पाहावा. मात्र हा प्रश्न सोडवताना फक्त भूमिती (त्रिकोणमिती वा बीजगणित यांचा आसरा न घेता!) वापरायची. जर त्रिकोणाच्या दोन भुजा समान असतील तर त्याचे कोन द्विभाजक (त्या भुजांसमोरील कोनांचे) समान असतात हे प्रमेय सोडवणे सोपे आहे. एखादे प्रमेय सोपे असते, पण त्याचे उलट प्रमेय (converse) अवघड असू शकते याचे हे एक उत्तम उदाहरण आहे. मला इथे हेही सांगावेसे वाटते की गणित व विज्ञान यावरील काही पुस्तकांनी देखील माझ्या मनातले ह्या विषयांबद्दलचे आकर्षण वाढविले. त्यांत 'Men of Mathematics', 'The World of Mathematics', 'Living Biographies of Great Scientists' आदींचा समावेश आहे.

वैज्ञानिकांबद्दल वाचताना सर्जनशील प्रतिभा कशी असते याचे विविध पैलू पाहायला मिळतात. विज्ञानाचे क्षेत्र हे रटाळ आणि पाठांतराचे नसून नवीन शोधाच्या साहसांनी भरलेले आहे हे लक्षात येते. प्रख्यात वैज्ञानिकसुद्धा अखेर मनुष्यच असल्याने त्यांच्यात मानवी अहंकार, पूर्वग्रह आदी असतात. त्यांच्या हातूनही चुका घडलेल्या आहेत. मात्र विज्ञानाची वाटचाल ज्या सतत तपासणीच्या मार्गाने होत असते, त्यातून या चुका पुढे मागे दुरुस्त होतात आणि बरोबर मार्ग सापडतो. ही वैज्ञानिक प्रणालीसुद्धा त्या विषयाला वाहून घेण्यासाठी मला आकर्षक वाटली.

महत्त्वाचा निर्णय

मी जरी वरील विवरणात गणिताला प्राधान्य दिले असले, तरी गणिताव्यतिरिक्त भौतिकशास्त्रही मला आवडे. पण शालेय अभ्यासक्रमातील भौतिकशास्त्र फारसे रोचक पद्धतीने मांडले नव्हते. क्वचित एखादे कोडे सोडल्यास 'हे असे का?' अशा निसर्गातील अनेक घटनांबद्दल विचारल्या जाणाऱ्या प्रश्नांची उत्तरे त्यात नव्हती. त्यामुळे प्रत्यक्ष प्रश्नांद्वारे आणि प्रयोगांद्वारे नैसर्गिक व्यापारांचे रहस्य उकलायचे कसे, याचे प्रात्यक्षिक पाठ्यपुस्तकात क्वचितच पाहायला मिळाले.

गणित आणि भौतिकशास्त्र सोडल्यास संस्कृत हा माझा एक आवडता विषय. त्या आवडीला खतपाणी घालण्याचे काम माझ्या आईने आणि मोरुमामांनी केले. संस्कृत भाषेची वर्णनक्षमता, व्याकरणातील शिस्तबद्धता, लालित्य आदींचे दर्शन कालिदास, भवभूती, आद्यशंकराचार्य आदींच्या साहित्यकृतींतून मला माझ्या आईने घडविले; तर मोरुमामांनी कूट, अलंकार आदींमध्ये संस्कृत किती समृद्ध आहे याची चुणूक दाखवली. शाळेतून ज्युनिअर कॉलेज (त्या काळचे 'इंटर सायन्स') मध्ये जाताना संस्कृतशी संबंध तोडणे माझ्या जीवावर आले. विज्ञान घेणाऱ्याला संस्कृत घेता येत नाही, असे विद्यापीठाचे नियम होते. या नियमांना शिथिल करायला हवे, असे मला आजही वाटते.

संस्कृतपंडिता सुमती नारळीकर

पण निर्णयाचा महत्त्वाचा क्षण आला तो इंटर सायन्स नंतर... म्हणजे आजच्या भाषेत बोलायचे तर बारावीच्या परीक्षेनंतर. बनारस हिंदू विद्यापीठाचे अभियांत्रिकी महाविद्यालय राष्ट्रीय दर्जाचे व कीर्तीचे होते. त्याचे आज 'इन्स्टिटट्यूट ऑफ टेक्नॉलॉजी' या आय.आय.टी. सदृश् संस्थेत रूपांतर झाले आहे. त्या महाविद्यालयात देशातल्या कानाकोपऱ्यातून हुशार विद्यार्थी येत. प्रवेशाचे दंडकही बरेच अवघड होते. इंटर सायन्स परीक्षेत माझा पहिला क्रमांक आल्याने अभियांत्रिकी महाविद्यालयातील प्रवेश सहज-सुलभ झाला असता. अभियांत्रिकी महाविद्यालयाचे विद्यार्थी दरवर्षी त्यांनी बनविलेल्या यांत्रिक प्रतिकृतींचे प्रदर्शन भरवत असत. या प्रदर्शनात विविध यंत्रांची

कार्यपद्धती पाहत असताना तेथील काही प्राध्यापकांनी मला पाहून 'पुढे येथे विद्यार्थी म्हणून येशील,' अशी आशा व्यक्त केली होती. पण माझा निर्णय आधीच झाला होता. गणिती विज्ञानाच्या क्षेत्रात शिरायचे मी ठरविले होते. अभियांत्रिकीचे मला आकर्षण नव्हते. म्हणून त्या पर्यायाचा मी विचारही केला नाही. संशोधनाच्या क्षेत्रात, ज्यांची उत्तरे कोणालाच माहीत नसतात, असे आव्हानात्मक प्रश्न आपण सोडवू पाहतो. मोरुमामांच्या आव्हानात्मक प्रश्नांची उत्तरे त्यांच्याकडे होती. तेव्हा अशा आव्हानांपेक्षाही संशोधनातली आव्हाने मला जास्त आकर्षक वाटत होती. माझे वडील अशाच क्षेत्रात होते. जमिनीवर बसून मोठाल्या फॉर्म्युल्यांनी भरलेल्या तावांमध्ये ते आणखी भर घालत. ते ताव फरशीवर पसरलेले मी पाहत होतो. पत्ते, बुद्धिबळ, बॅडमिंटन यांसारख्या खेळांपेक्षाही त्यांना यामध्ये अधिक मन रमवावेसे वाटे. अशाच क्षेत्रात आपणही शिरावे असे मला वाटू लागले.

माझे वडील उच्च शिक्षणासाठी केंब्रिज विद्यापीठात गेले होते. त्यांच्याप्रमाणे आपणही केंब्रिजच्या गणित-ट्रायपॉसची परीक्षा द्यावी असे मला वाटू लागले. कठीण प्रश्नांसाठी गाजलेल्या या परीक्षेचे आव्हान पेलावे, असा मी निर्णय घेतला. बनारस विद्यापीठाची बी.एस्सी.परीक्षा झाली, की केंब्रिजला जावे, या माझ्या निर्णयाला पूर्वी यशस्वीपणे याच मार्गाने गेलेल्या माझ्या वडिलांनी प्रोत्साहन दिले.

केंब्रिजकडे प्रस्थान

केंब्रिजला जाण्याच्या मार्गात दोन अडथळे होते. केंब्रिज विद्यापीठात प्रवेश मिळविणे सोपे नव्हते. केवळ बी.एस्सी. परीक्षेत पहिला क्रमांक आला, म्हणून तिथे प्रवेश मिळेलच अशी स्थिती नव्हती. कारण १९५७ मध्ये सुद्धा भारतीय विद्यापीठांतील शैक्षणिक पातळीबद्दल केंब्रिज प्रभृतींचे मत फारसे अनुकूल नव्हते. दुसरा अडथळा म्हणजे तेथे प्रवेश मिळालाच तर शिक्षणासाठी लागणारा पैसा उभा करणे.

सुदैवाने माझ्याबाबत अनेक कारणांमुळे या अडथळ्यांवर मात करता येणे शक्य झाले. माझ्या बी.एस्सी.च्या यशाची विश्वासार्हता वाढविण्यात माझ्या वडिलांच्या केंब्रिज ट्रायपॉसमध्ये गाजविलेल्या विक्रमांचा (स्टार रँग्लर आणि टायसन पदक, रेले प्राइझ, आयझॅक न्यूटन शिष्यवृत्ती, इत्यादी) अप्रत्यक्ष फायदा झाला. तरीसुद्धा केंब्रिज विद्यापीठाच्या नियमाप्रमाणे मला 'ॲफिलिएशन'च्या पर्यायाने एक वर्षाचा अभ्यासक्रम गाळण्याची परवानगी मिळू शकली नाही. कारण ॲफिलिएशन मिळण्यासाठी ज्या भारतीय विद्यापीठांतील बी.एस्सी.

पदवीदान समारंभावेळी डॉ. जयंत नारळीकर आपल्या कुटुंबीयांसमवेत

पदवीला केंब्रिजची मान्यता होती, त्यात मुंबई विद्यापीठाचा समावेश होता, पण बनारस विद्यापीठाचा नव्हता. म्हणून मला प्रवेश मिळाला तो दोन ऐवजी तीन वर्षांच्या अभ्यासक्रमासाठी.

आर्थिक अडचणींवर उपाय सापडला तो जे.एन.टाटा फंडामेंटल शिष्यवृत्तीमुळे. इथेही माझ्या पूर्वेतिहासाचा फायदा झाला. माझे वडील जे.एन. टाटा स्कॉलर म्हणून यश मिळवून आले होते, ही जमेची बाब ठरली. तरीही शिष्यवृत्तीसाठी मला फंडामेंटलच्या अध्यक्षा मिसेस पिरोजा व्हेसुगार यांनी घेतलेल्या अवघड मुलाखतीच्या दिव्यातून जावे लागले. त्यांनी मला 'पास' केले, तरी जाता जाता एक सावधगिरीचा इशाराही दिला. काही प्रख्यात टाटा स्कॉलर्सची नावे सांगून त्यांनी मला म्हटले, की यांच्या चिरंजीवांनी टाटा स्कॉलरशिप मिळाल्यावर परीक्षेत आपटी खाल्ली आहे. तेव्हा वडिलांच्या कीर्तीवर आणि भारतीय विद्यापीठातील यशावर विसंबून राहू नये ! हा त्यांचा इशारा मला महत्त्वाचा वाटला.

आणखी एका करियरबद्दल सांगतो, जे मी करावे, असा सल्ला मला काही मंडळींनी दिला. त्यात १८९९ मध्ये प्रतिष्ठित 'सीनियर रँग्लर' चा किताब मिळवलेल्या श्री. आप्पासाहेब परांजपे यांचाही समावेश होता. त्यांनी मला विचारले, ''केंब्रिजची पदवी मिळाल्यावर आयएएसकडे जाणार का?'' खुद्द आप्पासाहेब केंब्रिज गाजवून भारतात परतले, तेव्हा प्रतिष्ठेच्या समजल्या जाणाऱ्या आयसीएस (इंडियन सिव्हिल सर्व्हिस) कडे जातील अशी अपेक्षा होती. पण त्यांनी शिक्षकाचा पेशा पत्करला. आप्पासाहेबांना दिलेले माझेही तेच उत्तर होते, ''नाही सर! मी शिक्षण आणि संशोधनाला वाहून घेणार आहे.''

कृष्णविवर (ब्लॅक होल)

समजा, सूर्यापेक्षा पाच-सहा पटीने मोठा तारा हेच करू लागला तर शेवटी त्याचे काय होते? आधुनिक खगोलविज्ञानाप्रमाणे त्या ताऱ्याची अणूभट्टी संपून बंद पडते आणि मग आतले दाब कमी झाल्याने त्याचे आकुंचन होत जाते. त्याहूनही मोठा तारा असेल तर त्याचा शेवटी एक स्फोट होतो आणि त्याचा गाभा आकुंचन पावतो. गुरुत्वाकर्षणामुळे हे आकुंचन कोणी रोखू शकत नाही. असे तारे आकुंचन पावत असताना त्यांच्या आसपासचे गुरुत्वाकर्षण वाढत जाते. त्यामुळे जवळपासच्या वस्तू, वायू इत्यादी त्याकडे खेचल्या जातात. अखेर हे गुरुत्वाकर्षण इतके तीव्र होते की प्रकाश देखील ताऱ्यांकडे खेचला जातो. कल्पना करा की तारा स्वत:चाच प्रकाश बाहेर पडू देत नाही!

अशा ताऱ्याला कृष्ण विवर (ब्लॅक होल) म्हणतात. प्रकाश बाहेर पडत नसल्याने तारा काळा कुट्ट दिसतो. आणि त्याचे गुरुत्वाकर्षण इतर वस्तूंना खेचून घेत असल्याने तो

एखाद्या विहिरीसारखा वाटतो. आसपासच्या वस्तू सतत त्यात पडत राहतात. कृष्णविवरे खरोखरीच असतात का? दिसत नसली तर ती शोधायची कशी? यावर एक उपाय म्हणजे अवकाशात जिथे पुष्कळ खळबळ माजलेली दिसेल तिथे कृष्णविवर असावे अशी शंका घ्यायला हरकत नाही. आपल्या आकाशगंगेत केंद्रस्थानी आणि इतर काही आकाशगंगांमध्ये अशी खळबळजनक ठिकाणे पाहून खगोलशास्त्रज्ञ तर्क करतात की इथे कृष्णविवरे असावीत!

गुरुत्वाकर्षणामुळे विश्वात असे अनेक चमत्कार घडत आहेत.

२.

असे वैज्ञानिक, अशी माणसे

वैज्ञानिकांबद्दल जनसामान्यांत काही चुकीच्या समजुती दिसून येतात. वैज्ञानिक हुशार, चाणाक्ष, त वरून ताकभात ओळखणारे असतात, याबद्दल वाद नाही. परंतु, त्याचबरोबर त्यांना आणखी काही मानवोत्तर गुणही चिकटवले जातात. उदाहरणार्थ, ते निःस्वार्थी, समाजविन्मुख, स्थितप्रज्ञ असतात, असे गृहीत धरले जाते. वस्तुस्थिती तशी नाही. वैज्ञानिक कितीही मोठा असला तरी माणूसच असतो. सर्वसाधारण माणसात असलेले गुणदोष त्याच्यातही असतात, आणि वेळप्रसंगी ते डोके वर काढतात. अशाच प्रसंगांतून काही किस्से जन्माला येतात. हे किस्से काल्पनिक विज्ञानकथांचा भाग नसून वस्तुस्थिती निदर्शक आहेत.

नेपच्यूनचा शोध

गेल्या शतकातील गोष्ट. १७८१मध्ये युरेनस या ग्रहाचा शोध हर्शल या खगोलशास्त्रज्ञाने लावला. शनीपलीकडचा हा ग्रह त्यावेळी माहीत असलेला सूर्यमालेतला सर्वांत लांबचा ग्रह. न्यूटनच्या सिद्धांतानुसार हा ग्रह वक्रगोलाकार कक्षेत फिरत राहील अशी शास्त्रज्ञांची अपेक्षा होती. परंतु दोन-तीन दशकांतच या ग्रहाच्या कक्षेत थोडे वेगळेपण दिसू लागले. ते कशामुळे असावे? न्यूटनचा प्रस्थापित

युरेनसच्या शोधाचे जनक फ्रेडरिक विल्यम हर्शल

सिद्धांत चुकीचा तर नव्हता? जर तो सिद्धांत बरोबर असेल तर युरेनसची कक्षा बदलण्याचे कारण काय होते?

१८४६ मध्ये केंब्रिज विद्यापीठातील सेंट जॉन्स महाविद्यालयामधील एका तरुण खगोलशास्त्रज्ञाने हा प्रश्न सोडवला. जॉन कूच ॲडम्स हे त्याचे नाव. ॲडम्सने असा दावा केला की, युरेनसची कक्षा बदलते, कारण त्याच्या जवळ एक नवा ग्रह असावा. त्याच्या गुरुत्वाकर्षणामुळे युरेनस किंचित हलवला जातो. हा नवा ग्रह कुठे असावा, याची माहिती ॲडम्सने आपल्या गणितातून काढली. ॲडम्सच्या निष्कर्षामुळे न्यूटनच्या सिद्धांतांना काही धोका नाही, हे स्पष्ट झाले; शिवाय एक नवा ग्रह सापडण्याची शक्यता निर्माण झाली. हा ग्रह शोधला जावा, या हेतूने ॲडम्सने ती माहिती केंब्रिज वेधशाळेचे संचालक चालिस व ग्रीनिच वेधशाळेचे संचालक, शाही खगोलशास्त्रज्ञ एअरी यांच्याकडे पाठवली. परंतु त्या अनुभवी खगोलशास्त्रज्ञांनी तिकडे दुर्लक्ष केले. 'हा कालचा पोरगा आपल्याला काय शिकवणार?' ही त्यांची भावना होती.

जॉन कूच ॲडम्स

दरम्यान फ्रान्स येथील लेव्हेरिये या खगोलशास्त्रज्ञाने देखील ॲडम्सप्रमाणेच गणित मांडून तसाच निष्कर्ष काढला. त्याने आपला निष्कर्ष बर्लिन वेधशाळेच्या गॉल या संचालकाला कळवला. योगायोगाने वेधशाळेचे संचालक सुट्टीवर होते आणि त्यांचे पंत्र गॉल नावाच्या तरुण निरीक्षकाने वाचले. गॉल याने पत्रातील निष्कर्षाला महत्त्व देऊन नवीन ग्रहाचा शोध आरंभला आणि लवकरच त्याला त्यात यश आले. 'नेपच्यून' ह्या नावाने ओळखला जाणारा हा तो ग्रह.

मात्र आपल्या निष्काळजीपणामुळे नवा ग्रह शोधण्याची संधी आपण गमावली, याबद्दल चालिस आणि एअरी यांना खंत वाटली. लहानांचे ऐकले असते तर...? इतिहास मात्र गॉल व लेव्हेरिये बरोबरच ॲडम्सला देखील नेपच्यूनच्या शोधाचे श्रेय देतो.

'ग' ची बाधा

शास्त्रज्ञांना देखील कधी कधी गर्वाची बाधा होते. उष्मागतिकीशास्त्रात महत्त्वाचा शोध लावणाऱ्या नर्न्स्ट ह्या शास्त्रज्ञाचे तसे झाले होते. एकदा प्रख्यात शास्त्रज्ञ हिल्बर्ट यांची भेट घेण्याचा अवसर नर्न्स्टला मिळाला. हिल्बर्ट तेव्हा वृद्ध

होत चालले होते. बोलता बोलता ते म्हणाले, ''म्हातारपणामुळे माझी कार्यक्षमता दिवसेंदिवस कमी होत चालली आहे.''

''असं का?'' नर्न्स्टसाहेब उद्गारले, ''माझा अनुभव वेगळाच आहे. माझी कार्यक्षमता दिवसेंदिवस वाढत आहे.''

''तसे असेल तर एक दिवस असाही येईल जेव्हा तुम्ही माझ्याइतके कार्यक्षम व्हाल.'' हिल्बर्टनी शांतपणे नर्न्स्टना हरभऱ्याच्या झाडावरून खाली ओढले.

मितभाषी डिरॅक

पॉल डिरॅक

डिरॅक नावाचे शास्त्रज्ञ मोजके बोलण्याबद्दल विख्यात होते. त्यांच्या केंब्रिजमधील महाविद्यालयात एकदा नुकत्याच प्रवेश मिळवलेल्या विद्यार्थ्यांसाठी मेजवानी होती. महाविद्यालयातील शिक्षकांची, प्राध्यापकांची ओळख नवीन विद्यार्थ्यांना व्हावी, या उद्देशाने विद्यार्थी आणि प्राध्यापक शेजारी शेजारी बसून जेवत होते.

डिरॅक शेजारी बसलेल्या विद्यार्थ्याला दिसून आले की, आपल्या शेजारचे गृहस्थ काहीच बोलत नाहीत. तेव्हा संभाषण सुरू करण्याच्या उद्देशाने त्याने विचारले, ''सर! तुमचा विषय कुठला?''

''गणित,'' डिरॅकनी एका शब्दात उत्तर दिले. ते केंब्रिज विद्यापीठामध्ये लुकेशियन प्राध्यापक होते. एके काळी ही जागा न्यूटनने भूषवली होती.

''वा! माझा विषयही गणितच आहे. शालान्त परीक्षेत मला गणिताबद्दल बक्षीस मिळाले'' तो विद्यार्थी उत्साहाने उद्गारला.

''असं का? मला देखील अलीकडे एक बक्षीस मिळाले'' किंचित् स्मित करत डिरॅक म्हणाले.

त्यांना जे बक्षीस अभिप्रेत होते ते म्हणजे नोबेल प्राइझ!

डिरॅकच्या मितभाषीपणाचे आणखी एक उदाहरण. एकदा ते एका अमेरिकी कुटुंबात पाहुणे म्हणून गेले होते. त्यांच्या यजमानांची अशी समजूत होती, की डिरॅक केवळ फ्रेंच बोलतात. (डिरॅक हे नाव फ्रेंच आहे.) म्हणून त्या नवरा बायकोने मुद्दाम फ्रेंच भाषा शिकून मोडक्या तोडक्या बोलीत त्यांच्याशी फ्रेंच भाषा बोलण्याचा घाट घातला. डिरॅक अर्थातच फ्रेंच भाषाही उत्तम बोलत असत.

आठवड्याच्या निवासानंतर डिरॅक निघाले तेव्हा यजमानीण बाईंनी आपल्या बाळबोध फ्रेंचबद्दल दिलगिरी व्यक्त केली. तेव्हा डिरॅक म्हणाले, ''आपण फ्रेंच बोलण्याचे कष्ट का घेतलेत? मला इंग्रजीही येते!''

''हे आम्हाला काय माहीत? तुम्ही आम्हाला तशी कल्पना दिली नाहीत.'' खट्टू होऊन ते दांपत्य उद्गारले.

''कारण इंग्रजी येते का, असे तुम्ही मला विचारलेच नाहीत.'' डिरॅक यांनी शास्त्रीय खुलासा केला.

वॉलपेपरपासून धडे

मादाम कोव्हालेस्की या एक प्रसिद्ध गणितज्ञा होऊन गेल्या. त्यांच्या लहानपणची गोष्ट. त्या बारा वर्षांच्या असताना त्यांच्या आईवडिलांनी घर बदलले. मोठ्या घरात राहायला जाण्यापूर्वी त्या घराची साफसफाई, सजावट करणे आवश्यक होते. त्यातलाच एक भाग म्हणजे भिंतीवर नवीन वॉलपेपर लावणे. घरातल्या इतर खोल्यांच्या भिंतींवर वॉलपेपर लावून पेपर संपला होता. राहिली होती फक्त लहान मुलांची खेळण्याची खोली. त्या भिंतीवर कोणता कागद लावायचा? इथे बाहेरची माणसे येण्याची संभावना नसल्याने फार सजावटीची आवश्यकता नव्हती. वडिलांनी गणिताचे एक जुने पुस्तक घेऊन त्याची पानेच भिंतीवर चिकटवली.

ते पुस्तक होते प्राध्यापक ऑस्ट्रो ग्रँडस्की यांनी लिहिलेले आणि त्याचा विषय होता डिफरंशियल आणि इंटिग्रल कॅल्क्युलस!

साहजिकच या पुस्तकामधली मोठाली गणिती सूत्रे मुलांच्या डोळ्यांपुढे येत. छोट्या कोव्हालेस्कीला ही गूढ सुत्रे अर्थातच समजली नव्हती. पण त्यांचा ठसा तिच्या मनावर उमटला हे नक्की. कारण तिला गणितात रुची उत्पन्न झाली आणि पुढे जेव्हा ती कॅल्क्युलसचा अभ्यास करू लागली, तेव्हा तो विषय तिला लगेच समजत गेला. त्यावेळी तिच्या प्राध्यापकांनी उद्गार काढले, ''तू इतक्या सहजपणे ही सूत्रे लिहीत आहेस जणू काही तुला ही पूर्वीपासून ठाऊक आहेत!'' प्राध्यापकांचा तर्क बरोबर होता. लहानपणी वॉलपेपरवर वाचून ती सूत्रे कोव्हालेस्की यांना आधीपासून माहीत झालेली होती!

वैज्ञानिक फसवणूक

प्रसिद्धी आणि सन्मान यांच्या मोहाला बळी पडून वैज्ञानिकांनी खोटे शोध लावल्याची उदाहरणे आहेत. यातील पूर्वी गाजलेले उदाहरण फ्रान्समधील प्राध्यापक ब्लॉण्डलो यांचे.

प्रा. विसरभोळे

एक गणितज्ज्ञ विसरभोळेपणासाठी प्रसिद्ध होते. एकदा कॉलेजला जाण्यापूर्वी त्यांना त्यांच्या बायकोने बजावून सांगितले, 'आज आपण घर बदलत आहोत. संध्याकाळी परत याल तेव्हा येथे येऊ नका. हा पत्त टॅक्सीवाल्याला द्या. तो तुम्हाला नव्या घरी आणून सोडेल.

संध्याकाळपर्यंत गणितज्ज्ञ महाशय अर्थातच हे सर्व विसरून सवयीप्रमाणे जुन्या घरीच परतले. पाहतात तो घराला कुलूप व आत अंधार! आता काय करायेच? इतक्यात त्यांनी पाहिले की, बाहेर एक दहा वर्षांचा मुलगा उभा आहे. त्यांनी त्याला बोलावून विचारले, 'मुला इथे राहणारे लोक कुठे गेले?'

प्रा. नॉर्बर्ट वीनर

तो मुलगा उत्तरला, 'बाबा तुमचीच वाट पाहतोय. तुम्ही इकडेच याल, असे आईला वाटले, म्हणून तिने मला इथेच थांबायला सांगितेल. मी नेतो तुम्हाला नव्या घरी!'

(ही गोष्ट प्रख्यात गणितज्ज्ञ प्रा. नॉर्बर्ट वीनर संबंधी सांगितली जाते.)

नॅन्सी येथील हे शास्त्रज्ञ अनुभवी आणि प्रतिष्ठित होते. त्यांनी लावलेल्या शोधांबद्दल त्यांना समाजात आदर प्राप्त झालेला होता. या स्थितीत १९०३ मध्ये त्यांनी एक नवीन शोध जाहीर केला N किरणांचा.

त्या आधी जर्मनीत रुंटजेन याने 'क्ष' किरणांचा शोध लावला होता आणि त्या शोधाची पुष्कळ वाहवा झाली होती. एकंदर जर्मन राष्ट्रच त्या शोधाचा खूप टेंभा मिरवीत होते. साहजिकच शेजारच्या फ्रान्स राष्ट्राला हेवा वाटत होता. अशा परिस्थितीत क्ष किरणांहून अधिक चमत्कृतीपूर्ण एन किरणे आपल्या वैज्ञानिकाने शोधून काढावीत, याचा फ्रान्सला अभिमान वाटला. ब्लॉण्डलोखेरीज अनेक

फ्रेंच शास्त्रज्ञांनी एन किरणांवर शोधात्मक प्रबंध लिहिले. फ्रान्सच्या राष्ट्रीय विज्ञान संस्थेने ब्लॉण्डलो यांना विशेष पारितोषिक जाहीर केले.

मात्र शेजारच्या ब्रिटन आणि जर्मनी येथील शास्त्रज्ञ बुचकळ्यात पडले. ही नवी किरणे आहेत तरी कशी? फ्रान्समधील प्रयोग त्यांनी करून पाहिले पण ते अयशस्वी ठरले. एन किरणे पाहण्याची संधी केवळ फ्रान्समधल्या शास्त्रज्ञांना, विशेषकरून ब्लॉण्डलो यांनाच लाभावी, ही अजब गोष्ट होती. अखेर प्रकरणाचा छडा लावण्यासाठी या देशातील वैज्ञानिकांनी वुड नावाच्या एका अमेरिकन शास्त्रज्ञाला ब्लॉण्डलो यांची भेट घ्यायला पाठवले. त्रयस्थ राष्ट्रातला असल्यामुळे वुडला माहिती मिळण्यास त्रास होणार नाही, ही त्यांची अपेक्षा होती. ही अपेक्षा खरी ठरली. ब्लॉण्डलो यांनी वुडचे स्वागत करून त्याला आपले प्रयोग दाखवले. परंतु वुडने तपासणी करता ते सर्व बनावट असल्याचे आढळून आले. एन किरणे मुळातच नव्हती ती दिसणार कशी? ब्लॉण्डलो यांच्या नकळत वुडने त्यांचे प्रयोग तपासून पाहिले आणि त्यावर अहवाल लिहिला. आणि एन किरणांचा भोपळा फुटला.

पंज्यावरून सिंहाची ओळख

सतराव्या शतकात बर्नोली नावाचा एक शास्त्रज्ञ युरोपमध्ये होऊन गेला. वास्तविक, गणित आणि भौतिकशास्त्र या विषयांकरता महत्त्वाची कामे करणारे बर्नोली कुटुंबातले अनेक सदस्य गाजले. त्यातलाच जॉन बर्नोली हा एक. त्या काळच्या गणितज्ञांची परीक्षा पाहणारा एक कूटप्रश्न बर्नोलीने घातला - दोन बिंदूंना जोडणारी एक तार आहे. एक बिंदू (म्हणजे तारेचे एक टोक) दुसऱ्या बिंदू पेक्षा उंचावर आहे. त्या तारेवर सुरळीतपणे घसरणारा एक मणी आहे. त्या तारेला कोणता आकार दिला की त्यावरून मणी सर्वांत कमी वेळात घसरून खाली येईल? तारेची टोके ठरावीक ठिकाणी पण मधला आकार कसाही असो. मग वरील निकष लावल्यास तो आकार कसा पाहिजे?

जोहान बर्नोली

त्या काळच्या प्रख्यात गणितज्ञांनी हे आव्हान स्वीकारले, पण त्यांना उत्तर सापडले नाही. अखेर एकेदिवशी आयझॅक न्यूटन यांच्या कानावर ही हकीकत गेली. ते नुकतेच कामावरून दमून आले होते. त्यांनी बर्नोलीचे गणित ऐकून

घेतले. कागद पेन्सिल घेऊन आपल्या वेगळ्याच पद्धतीने ते सोडवले. आणि ते उत्तर निनावीच बर्नोलीकडे पाठवले. बर्नोलीने उत्तर पाहिले. ते बरोबर होते आणि सोडवण्याची पद्धत पाहिली. ही कामगिरी फक्त एकाच गणितज्ञाला शक्य आहे, हे त्याने ओळखले. तो उद्‌गारला, ''पंजा पाहून तो सिंहाचाच असला पाहिजे, हे मी सांगू शकतो.''

अज्ञातवासातील पांडवांचा शोध त्यांच्या शूरपणामुळे लागला. असामान्य कामगिरीमुळे असामान्य गणितज्ञ ओळखू यावा, ही घटना तितकीच मनोरंजक नव्हे का?

शास्त्रज्ञाच्या शब्दांचे महत्त्व

दुसऱ्या महायुद्धाच्या उत्तरकाळात इंग्लंड व अमेरिकेच्या शास्त्रज्ञांना अशी कुणकुण लागली की, अणूत साठवलेली ऊर्जा वापरून बॉम्ब बनवण्यात जर्मनीतील शास्त्रज्ञांनी यश मिळवले आहे. परंतु अद्याप त्या प्रयोगाचे अणुस्फोटात रूपांतर करणे त्यांना शक्य झालेले नाही. मात्र जर हिटलरला हे साध्य झाले, तर हे युद्ध जिंकण्याची गुरुकिल्लीच त्याला मिळेल, असे शास्त्रज्ञांना वाटले. हिटलरचा पराजय कसा घडवून आणायचा?

त्यावर एकच तोडगा होता. मित्रराष्ट्रांनी, विशेषकरून अमेरिकेने अणुबॉम्ब बनवणे. पण युद्धकाळात, टंचाईच्या दिवसात एक नवीन प्रयोग हाती घ्यायला सरकार तयार झाले नसते. अणुबॉम्ब बनवणे अनिवार्य आहे आणि ते शक्य आहे, हे सरकारला पटवून द्यायचे काम कोण करू शकेल, असा प्रश्न पडला. त्यावेळी एकच शास्त्रज्ञ ही कामगिरी बजावू शकेल असे सर्वानुमते ठरले, आणि तो होता अल्बर्ट आइनस्टाइन. आइनस्टाइनच्याच सिद्धांतातून वस्तूचे ऊर्जेत रूपांतर होऊ शकते, हे सिद्ध झाले होते. हिटलरच्या राजवटीतील भयानक परिस्थितीतून पळून येणाऱ्यांपैकी तोही एक होता. परंतु सर्वांत महत्त्वाची गोष्ट म्हणजे आइनस्टाइन हा एकच असा जागतिक कीर्तीचा शास्त्रज्ञ होता, ज्याची छाप राजकारणी लोकांवरही पडली होती.

अल्बर्ट आइनस्टाइन

आइनस्टाइनने शास्त्रज्ञांच्या विनंतीवरून अणुबॉम्ब बनवण्याबद्दल प्रेसिडेंट रुझवेल्ट यांना पत्र लिहिले. त्याचा योग्य तो परिणाम झाला. अणुबॉम्ब प्रकल्प उभारला गेला आणि त्यांतून अणुबॉम्ब जन्माला आला. नंतर मात्र

ही विध्वंसक अण्वस्त्रे आपल्या प्रयत्नांतून जन्माला आली, याची आइनस्टाइनला शेवटपर्यंत खंत वाटत राहिली.

गुणांची पारख

प्रस्थापित आणि अनुभवी शास्त्रज्ञाला नवोदित शास्त्रज्ञाने लावलेल्या शोधाची किंमत कळते का? या प्रश्नाचे उत्तर खालील घटनांतून समजेल.

१८३० मधील गोष्ट. गालवा नावाच्या एका तरुण शास्त्रज्ञाने बीजगणितात मौलिक संशोधन केले. बीजगणितीय समीकरणे प्रत्यक्षपणे केव्हा सोडवता येतात आणि केव्हा ती सुटू शकत नाहीत, या बाबतीत व्यापक स्वरूपाचे निष्कर्ष गालवाने काढले. त्यासाठी त्याने नवीन प्रकारची गणितीय पद्धती वापरली. आपल्या कार्याला मान्यता मिळावी, म्हणून गालवाने आपला प्रबंध फ्रान्सच्या राष्ट्रीय विज्ञान संस्थेकडे आणि विशेष करून फ्रान्सचा प्रसिद्ध गणिती कोशी यांच्याकडे पाठवला. परंतु संस्थेने नेमलेल्या चाचणी समितीला आणि कोशी यांना त्या प्रबंधाचे मूल्यमापन करता आले नाही. 'या प्रबंधात वापरलेल्या पद्धती आम्हाला अनाकलनीय असल्याने आम्ही त्यावर भाष्य करण्यास तयार नाही.' अशा शेऱ्यासकट तो प्रबंध लेखकाकडे परत आला.

दुसरी हकीगत आहे भारतीय गणितज्ञ श्रीनिवास रामानुजन यांची. चेन्नईमध्ये (त्या वेळचे मद्रास) क्लार्कच्या जागेवर काम करीत असताना रामानुजन यांनी स्वत: केलेले अंकगणितीय संशोधन केंब्रिज विद्यापीठातील जी.एच. हार्डी या प्रख्यात गणितज्ञाकडे पाठवले. चक्रम माणसांकडून हार्डी यांना बरीच पत्रे येत, त्यापैकीच हे एक असावे, असा त्यांचा प्रथम ग्रह झाला. ते त्या पत्राला केराच्या टोपलीची वाट दाखवणार इतक्यात त्यांना वाटले की त्यातले निष्कर्ष तपासून पाहावेत. तपासणीअंती हे निष्कर्ष नवे आणि बरोबर असल्याची हार्डी यांची खातरी झाली. गणिताची उच्च पदवी नसलेल्या या गृहस्थाने असे संशोधन करावे याचे त्यांना कुतूहल वाटले व त्यांनी रामानुजनशी पत्रव्यवहार आरंभला. रामानुजनला केंब्रिजला बोलावून त्याच्या प्रतिभेला जगापुढे आणायचे श्रेय हार्डी यांचेच आहे.

गालवा निष्कारण उद्भवलेल्या एका द्वंद्व युद्धात मारला गेला. त्यावेळी त्याचे वय फक्त २१ वर्षे होते. रामानुजनही अल्पायुषीच ठरले. वयाच्या ३३ व्या वर्षी त्यांचा क्षयरोगाने मृत्यू झाला. गालवाच्या कार्याचे महत्त्व जगाला त्याच्या मृत्यूनंतर कळले तर रामानुजनला जिवंत असतानाच आपल्या कार्याचे महत्त्व ओळखणारा दर्दी गणितज्ञ मित्र लाभला.

विज्ञानयुगातील वैज्ञानिक

आधुनिक काळात विज्ञान आणि वैज्ञानिक संशोधन या गोष्टी स्वेच्छेने करण्याच्या गोष्टी राहिलेल्या नाहीत. जरी समाजाला विज्ञानाचे महत्त्व कळू लागलेले असले आणि विज्ञानापासून होणारे फायदे व तोटे मोठ्या प्रमाणात दिसून येत असले तरी वैज्ञानिक संशोधन ही एक खर्चिक बाब होऊन बसली आहे.

अशा स्थितीत वरील गोष्टींना विशेष महत्त्व येते. वैज्ञानिक संशोधन सर्वांनाच जमत नाही. त्यासाठी लागणारी प्रतिभा ज्यांच्याजवळ आहे अशा लोकांना लहानपणापासून विज्ञानकडे जाण्यास प्रवृत्त केले जाते का? नवोदित प्रतिभावंत वैज्ञानिकांच्या संशोधनाचे योग्य मूल्यमापन होते का? सगळेच वैज्ञानिक मितभाषी नसतात. पण विज्ञानाची समाजाला माहिती करून देण्याचे काम किती जण करतात? आणि प्रस्थापित वैज्ञानिकांपैकी 'ग'च्या बाधेने पछाडलेले इतरांना वर येऊ देतात की त्यांना अनुल्लेखाने किंवा विरोधाने दाबून टाकतात? न्यूटन, आइन्स्टाइन सारखे जागतिक कीर्तीचे वैज्ञानिक किती आहेत ज्यांच्या शब्दाला राष्ट्रीय नेतेही किंमत देतात? आणि प्रसिद्धी, पैसा, अधिकार यांच्या प्रलोभनाखाली खोट्या संशोधनाचा मोह आजच्या वैज्ञानिकांनाही होतो का? येथे उद्धृत केलेले किस्से केवळ मनोरंजनासाठी नसून त्यातून समजाला आणि वैज्ञानिकांना पुष्कळ बोध मिळण्यासारखा आहे.

• • •

३.

विज्ञान आणि तंत्रज्ञान : आठवण आणि शिकवण

आल्विन टॉफ्लर यांच्या गाजलेल्या पुस्तकात 'द फ्यूचर शॉक' मध्ये त्याने विज्ञान आणि तंत्रज्ञान यांच्या वाढत्या वेगाचे वर्णन केले आहे, ते विसाव्या शतकाच्या संदर्भात. या शतकात विज्ञानात मूळ विचारसरणीपासून प्रायोगिक शोधमालिकेत 'न भूतो' अशी भर पडत गेली; तसेच मूळ वैज्ञानिक शोधांचे उपयोजित तंत्रज्ञानात रूपांतरही अनेक रूपांत झाले. मात्र या दोन्ही बाबतींत त्यांच्या भविष्यातील वाढीबद्दल अटकळ बांधताना गेल्या शतकातली (म्हणजे मावळत्या विसाव्या शतकातली) वाढ 'न भविष्यति' स्वरूपाची होती, असे कोणी म्हणायला धजणार नाही.

साहजिकच, मावळत्या शतकातले विज्ञान-तंत्रज्ञानातले उल्लेखनीय शोध कोणते, हे सांगताना वेळेची व जागेची मर्यादा जाणवते. म्हणून या आढाव्यातल्या यादीत अनेक बाबींचा अभाव जाणवल्यास आश्चर्य नाही. काही अपवाद सोडल्यास ही यादी प्रतीकात्मक समजावी.

गणित : विज्ञानाची राणी

'विज्ञानाची राणी' म्हणून गाउससारख्या गाजलेल्या गणितज्ञाने गणिताचा सन्मान केला, तर काहींना त्याला 'विज्ञानाची सेविका'ही म्हटले. विज्ञानाला लागणाऱ्या तर्कशास्त्राची परिसीमा गाठली जाते गणितात. त्याची दोन उदाहरणे (म्हणजे पूर्वीपासून चालत आलेले यक्षप्रश्न विसाव्या शतकात सुटले) अशा प्रकारची ! पृथ्वीवरच्या किंवा कागदावर विविध देशांचे, प्रांतांचे नकाशे रंगवण्याचे काम कमीत कमी चारच रंगांत शक्य आहे, हे सिद्ध होऊ शकले. हा 'चार

केनेथ आपेल वुल्फगँग हाकेन

रंगांचा प्रश्न' दिसायला सोपा; पण सोडविण्यास कठीण! त्याचा निकाल लावताना आपेल आणि हाकेन या गणितज्ञांना १९७६-७७ मध्ये उपलब्ध संगणकाला बाराशे तास झुंजत ठेवावे लागले. त्याचप्रमाणे 'फर्माचे शेवटचे प्रमेय' ॲण्ड्रयू वाइल याने १९९५ मध्ये सोडविले. त्यासाठीपण पुष्कळ गणिती पूर्वपीठिका लागली. तीनचा

श्रीनिवास रामानुजन

वर्ग आणि चारचा वर्ग यांची बेरीज केली की पाचवा वर्ग होतो. वर्ग म्हणजे दुसरा घात. तिसरा किंवा अधिक वरचा घात वापरून असाच नियम मिळत नाही. (पूर्णांकांबाबत) हे फर्माचे प्रमेय! सांगायला सोपे; पण सिद्ध करायला अवघड.

अशा पार्श्वभूमीवर प्रमेयांच्या जाळ्यातून आपल्याला अपेक्षित नियम सिद्ध करण्याऐवजी असे नियम आपल्या आंतरिक स्फूर्तीने 'पाहू' शकणारा श्रीनिवास रामानुजन (१८८७-१९२०) हा एक चमत्कारच म्हटला पाहिजे. अंकगणितातले बरेच गहन नियम त्याला मांडता आले, ज्यांची सिद्धता हार्डी आणि लिट्लवुडपासून अनेक गणितज्ञांनी नंतर दिली. दुर्दैवाने हा प्रतिभावान गणिती अल्पायुषी ठरला.

पुंजवाद आणि सापेक्षतावादी एक दुहेरी क्रांती

विसाव्या शतकाची नांदीच क्रांतिकारक विचारांनी झाली. ही क्रांती सामाजिक किंवा राजनैतिक नसून वैज्ञानिक होती. न्यूटनपासून सुरळीत चालू असलेल्या भौतिक विज्ञानाच्या आगगाडीला रुळावरून घसरवू पाहणारी होती. अतिसूक्ष्म वस्तूंच्या, अणुरेणूंच्या अंतरंगात न्यूटनप्रणीत नियम लागू होत नाहीत, हे मॅक्सप्लांक अल्बर्ट आइनस्टाइन आणि नील्स बोहर या शास्त्रज्ञांनी १९००-१९१० च्या दरम्यान दाखवून दिले. हे नवे नियम नीट मांडून गाडी रुळावर

आणण्याचे काम श्रोडिंजर, हायजेनबर्ग आणि डिरॅक प्रभृती शास्त्रज्ञांनी केले; पण तोपर्यंत विसाव्या शतकातली तीन दशके उलटली. या विषयाला 'पुंजवाद' (क्वांटम थिअरी) म्हणतात. हा होता पहिला धक्का.

दुसरा धक्का आपल्या अवकाश, काल यांच्या मापनाच्या कल्पनांना बसला. न्यूटनच्या सांगण्याप्रमाणे अवकाश आणि काल व्यक्तिनिरपेक्ष मानले जायचे. सापेक्षतेच्या सिद्धान्तानुसार ही मोजमापे व्यक्तिसापेक्ष ठरली. आपण एका व्यक्तीला वेगाने जाताना पाहतो. त्याचे घड्याळ आपल्या घड्याळापेक्षा मंद चालताना दिसेल. गंमत म्हणजे त्या व्यक्तीला आपण वेगाने जाताना दिसू आणि आपले घड्याळ (त्याच्या घड्याळाच्या तुलनेत) हळू जात आहे, असे त्याला वाटेल. हे कसे शक्य आहे? तसेच गुरुत्वाकर्षणाचा जोर वाढला तर घड्याळ हळू चालेल, हेही सामान्यपणे न पटणारे विधान आहे. असा हा सापेक्षता (रिलेटिव्हीटी) सिद्धान्त!

परंतु मानवी मेंदूला पटो न पटो, निसर्ग हेच नियम पाळतो, हे हळूहळू दिसून आले. सूक्ष्माचा अभ्यास या नव्या पुंजवादाने आणि वेगवान वस्तू किंवा प्रबळ गुरुत्वाकर्षण यांचा अभ्यास सापेक्षतेद्वारे करणे प्राप्त झाले.

विश्वरूप दर्शन : हबलचा नियम

सूक्ष्मापासून ब्रह्मांडाकडे वळता येथेही खगोल निरीक्षणांनी क्रांती घडवलेली दिसून येते. एकोणिसाव्या शतकातील वेध आपल्या आकाशगंगेपर्यंतच मर्यादित होते. १९२५-३० च्या काळात मुख्यत्त्वेकरून एड्विन हबल याच्या निरीक्षणातून आकाशगंगेबाहेर पसरलेल्या अफाट विश्वाची जाणीव झाली आणि ते विश्व प्रसरण पावत आहे, याचे पुरावे मिळाले. आजचे खगोलशास्त्रज्ञ या प्रसरणशील विश्वाचा पूर्वेतिहास कसा होता, ते ठरविण्यात गुंतले आहेत. या विश्वरूपदर्शनाला हातभार लावला प्रचंड दुर्बिणींनी. ज्या केवळ दृश्यप्रकाशापर्यंतच मर्यादित नसून इतर प्रकाशरूपांचाही वापर करतात आणि अशासाठी (रेडिओ दुर्बीण सोडल्यास) त्यांना वायुमंडलावरून निरीक्षणे घ्यावी लागतात. अंतराळ तंत्रज्ञानाने हे सर्व शक्य केले शतकाच्या उत्तरार्धात. इतकेच नव्हे, ग्रहांचे जवळून निरीक्षण करू शकणारी अंतराळयाने ही याच तंत्रज्ञानामुळे शक्य झाली. शनी आणि मंगळ यांसारख्या ग्रहांना दुरून

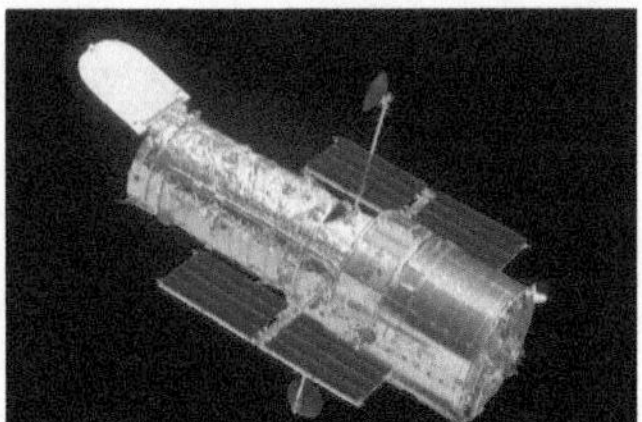

हबल दुर्बीण

पाहून त्यांच्याबद्दल अंधविश्वास आणि गैरसमज निर्माण झाले आहेत, ते अशा जवळच्या निरीक्षणांनी हळूहळू दूर होतील का?

अतिशीतल वस्तूंचे विज्ञान

वाढत्या तंत्रसामर्थ्याचा फायदा घेऊन पदार्थांच्या मूलभूत गुणाचा अभ्यास - त्यांचे तपमान शक्य तितके कमी करण्याचे प्रयत्न पुष्कळ झाले आणि त्यातून नवनवे नियम सापडले. 'अतिद्रावता', 'अतिसंवाहकता' (सुपर फ्लुइडिटी, सुपर कंडक्टिव्हिटी) आदी काय दर्शवितात? आपण दैनंदिन जीवनात अनुभवतो ते तपमान कसे ठरते? पदार्थांच्या घटकात खळबळ (रेणूंचे परस्परांवर आपटणे) चालू असते. ती खळबळ जितकी जास्त तितके तपमान जास्त; पण तपमान कमी करून निरपेक्ष शून्याकडे (सेल्सियस शून्याच्या २७३ अंश खालपर्यंत) नेले की, ही खळबळ कमी होत जाते आणि पदार्थाच्या घटकांत वेगळी सुसूत्रता येते आणि त्याचे गुणधर्म बदलतात. या बदललेल्या गुणधर्मांचा अभ्यास भौतिकशास्त्राच्या एका महत्त्वाच्या शाखेत रूपांतरित झालेला आहे. त्यातून तंत्रज्ञानाला उपयोगी पुष्कळच माहिती मिळाली आहे. अर्धवाहक (सेमी-कंडक्टर) हा आणखी एक गुण, ज्याचा फायदा ट्रान्झिस्टर, संगणक आदींना मिळतो. एकूणच असे म्हणता येईल की, एकोणिसाव्या शतकात ज्या प्रमाणे सामान्य वा उच्च तपमानात वायू आणि द्रवांचा अभ्यास झाला, तसा आता ठोस पदार्थांचा अभ्यास विसाव्या शतकात झाला.

रसायनशास्त्र

एकोणिसाव्या शतकात रसायनशास्त्र आणि भौतिकशास्त्र वेगळे विषय मानले जायचे. विसाव्या शतकाने त्यांना जवळ आणले, रसायनांचा अभ्यास करताना त्यांची मूलभूत आण्विक रचना माहीत झाली, तर त्यातील परस्पर बळांची माहिती उपयोगी पडते. ही माहिती भौतिक विज्ञान पुरवते. 'केमिकल फिजिक्स' किंवा 'फिजिकल केमिस्ट्री' हे विषय त्या परस्परसंबंधाचा द्योतक आहे.

रसायनशास्त्राचा संबंध ऑरगॅनिक केमिस्ट्रीच्या मार्गाने जीवशास्त्राशीसुद्धा येऊ लागला, तो विसाव्या शतकात. आज बायोकेमिस्ट्री हा विषय या दोन विज्ञान शाखांदरम्यानचा सेतू म्हटला पाहिजे.

जीवशास्त्र

ज्याप्रमाणे विसाव्या शतकात भौतिकशास्त्राने विलक्षण भरारी मारली; तसेच एकविसाव्या शतकात जीवशास्त्र महत्त्वाचे टप्पे सर करणार असे दिसते. विसाव्या

जेम्स वॉटसन

फ्रान्सिस क्रिक

शतकाच्या मध्यावर जेम्स वॉट्सन आणि फ्रान्सिस क्रिक यांनी डीएनए या जीवसृष्टीच्या (पृथ्वीवरच्या) मुळाशी सापडणाऱ्या रेणूची रचना शोधून काढली आणि रेणूंवर अधिष्ठित जीवशास्त्राला जणू शिटी मारून रेसवर पाठविले. कारण त्यानंतर त्या विषयाची घोडदौड चालू झाली. एक महत्त्वाचा टप्पा तो म्हणजे जीनोम प्रकल्प पूर्ण होणे, हा सर झाला.

डीएनए रेणूच्या शिडीवजा रचनेत 'जीन्स'ची शृंखला असते. ती नेमकी कशी असते, त्यातील 'ए', 'सी', 'टी', 'जी' या चार प्रथिनांचे (त्यांना 'न्यूक्लिओटाइड' म्हणतात.) अनुक्रम निश्चित करणे, हा या प्रकल्पाचा हेतू होता. त्याचा एक उपयोग म्हणजे काही वर्षांत प्रत्येक मानवाला स्वत:ची 'रचना पुस्तिका' (कन्स्ट्रक्शन मॅन्युअल) पाहायला मिळेल. याचा फायदा अर्थातच संभाव्य रोगांवर ताबा मिळवून ते दूर करणे हा होईल.

तंत्रज्ञान

अशा या विलक्षण वैज्ञानिक प्रगतीचा फायदा विविध मार्गांनी तंत्रज्ञान विकसित करण्यात झाला आणि होत आहे. खास विसाव्या शतकातल्या तंत्रज्ञानाची निव्वळ उदाहरणेदेखील अनेक पाने भरून होतील. अणुऊर्जा, अंतराळात झेप, संगणक, माहितीचे तंत्रज्ञान, जीवतंत्रज्ञानाचे नमुने, वेगवान विमाने, अंतराळ याने आदी काही कोणालाही सुचणारी नावे.

परंतु, वाढत्या तंत्रज्ञानाने विसाव्या शतकात काही सावधगिरीचे इशारेही दिले. अणुयुद्धात मानव सर्वनाश करू शकतो - पृथ्वीवरची जीवसृष्टी काही मिनिटांत खलास करण्याची क्षमता त्याच्याकडे आहे. नवनिर्मितीकरिता लागणारे तंत्रज्ञान प्रदूषणही निर्माण करते. ज्याचा दुष्परिणाम अणूयुद्धासारखा एकदम घडणार नसला, तरी अखेर जीवसृष्टीला तितकाच अपायकारक असतो. 'पर्यावरणाचा समतोल' हा विषयदेखील चिंतेचा आणि जागतिक चर्चेचा बनला तो त्याच शतकात. संगणकीकरणाने आणि एकंदर वाढत्या यांत्रिकिकरणाने मानव

'बेकार' होत चालला आहे. अशा बेरोजगारीतून समाजाला नवीन उपद्रव सोसावे लागणार.

थोडक्यात, तंत्रज्ञान वापरावे तसे आपला प्रभाव दाखविते. त्याचा फायदा करून घेताना त्यातून उद्भवणाऱ्या धोक्यांचा आगाऊ विचार करायला हवा, ही शिकवण विसाव्या शतकाने दिली. आता एकविसाव्या शतकात ही शिकवण विसरून चालणार नाही.

• • •

४.

विज्ञान आणि अद्‌भुत

एकदा एक साधू एका खेड्यात गेला. त्याची खासियत ही की त्याला अद्‌भुत विद्या अवगत होत्या. असे म्हणत की तो साधू एका मेणबत्तीच्या ज्योतीने क्षणार्धात तांदूळ शिजवून भात बनवू शकत असे. खेड्यातील ज्या माणसांनी त्याचा हा प्रयोग प्रत्यक्ष पाहिला ते अतिशय भारावून गेले आणि साधू त्या परिसरामध्ये एक अत्यंत आदरणीय सत्पुरुष म्हणून ओळखला जाऊ लागला.

जवळच्या शहरातील महाविद्यालयात शिकणारा एक तरुण विद्यार्थी या प्रयोगाबद्दल ऐकल्यावर साशंक बनला. पुरेशी उष्णता न देता एखादी गाष्ट कशी काय शिजू शकते? ह्या चमत्काराचे गूढ शोधायचे त्याने ठरवले. एके दिवशी साधू शिजवणार असलेल्या भाताचा नमुना हस्तगत करण्यात त्याला यश आले. त्या भाताची तपासणी केल्यानंतर त्याला चमत्काराचा उलगडा तर झालाच, पण त्याला स्वत:लाही तो चमत्कार करून दाखवण्यात यश आले. काय क्लृप्ती होती त्यामागे?

त्या भातामध्ये भरपूर प्रमाणात चुनकळी मिसळलेली होती. त्यामुळे पाणी टाकल्यावर उष्णता निर्माण झाली. भात शिजवण्याचे काम दैवी शक्तीने नव्हे तर रासायनिक शक्तीने केले होते.

मानवी विचारातील विरोधाभास

वरील उदाहरणात अद्‌भुताकडे पहाण्याचे माणसाच्या मनातील दोन विरोधी दृष्टिकोन निदर्शनास येतात. एका बाजूला वैज्ञानिक दृष्टी दिसते की ज्यायोगे माणूस बुद्धीला पटणारी अशी कारणमीमांसा सापडेपर्यंत चमत्काराची सखोल तपासणी करतो.

याउलट दुसरा दृष्टिकोन, ज्याला मी अंधश्रद्धाळू म्हणतो. अंधश्रद्धाळू दृष्टीमुळे माणूस बघितलेल्या घटना दिसतील तशाच स्वीकारतो आणि जर त्या घटना नेहमीपेक्षा आगळ्या असतील तर माणसाला त्या 'चमत्कार' किंवा 'अतिनैसर्गिक घटना' वाटतात; निदान विज्ञानाच्या आवाक्याबाहेरच्या व अनाकलनीय अशा वाटू लागतात.

विज्ञानाच्या इतिहासात अशा वरवर पाहता रहस्यमय वाटणाऱ्या घटनांचा शास्त्रीय पद्धतीने उलगडा केल्याची अनेक उदाहरणे आहे. जुन्या काळातील खगोलशास्त्राचेच उदाहरण घ्या. सूर्य उष्णता व प्रकाश प्रसवतो? चांदण्या का चमकतात? आकाशातील ग्रहतारे अगदी ठरल्याप्रमाणे पूर्वेकडेच का उगवतात व पश्चिमेकडेच का मावळतात? यापैकी फक्त ठरावीक गोलच (ग्रह) अनियमित गतीने का फिरतात? अंधश्रद्धाळू दृष्टिकोनाने या सर्व निरीक्षणांचे कारण दैवी शक्ती मानले. प्राचीन दिव्यकथांमध्ये सूर्याला एक देवता समजले गेले. प्राचीन व आधुनिकही ज्योतिषशास्त्र या समजुतींवर रचलेले आहे की ग्रह त्यांच्या 'इच्छे'प्रमाणे फिरतात आणि म्हणून त्यांच्यामध्ये असे काहीतरी गूढ सामर्थ्य आहे की ज्यायोगे ते मानवी जीवनावर नियंत्रण करतात. याउलट वैज्ञानिक विचारांनी, या सर्व निरीक्षणांचा अर्थ अशा मूलभूत वैज्ञानिक नियमांच्या आधारे सांगण्याचा प्रयत्न केला की जे नियम पुन्हा पुन्हा पडताळून पहाता येतात.

वैज्ञानिकांनी हे शोधून काढले की सूर्य प्रकाशमान आहे याचे कारण सूर्याच्या अंतर्भागात खोलवर काही आण्विक (थर्मोन्युक्लिअर) प्रक्रियेणुळे ऊर्जा निर्माण होत असते. सूर्य व तारे यांचे अवकाशात उगवणे व मावळणे ह्या घटनेचे कारण पृथ्वी स्वतःच एका आसाभोवती फिरते हे आहे. वरवर अनियमित दिसणाऱ्या ग्रहांच्या परिभ्रमणाचा अन्वयार्थ गुरुत्वाकर्षणाच्या नियमाच्या आधारे पूर्णपणे कळू शकला. अशा तऱ्हेने भोवतालच्या या खगोलशास्त्रीय घटनांमधील गूढत्व संपुष्टात आले. या संदर्भात पंधराव्या शतकातील पिअर-सिमाँ लाप्लास या शास्त्रज्ञाची एक आठवण सांगण्यासारखी आहे. सूर्यमालिकेतील ग्रह व उपग्रह यांच्या परिभ्रमणाचे कोडे लाप्लासने उलगडून दाखविले व 'मेकॅनिक् सेलेस्त' या नावाचा ग्रंथ लिहून पाच खंडात प्रसिद्ध केला. जेव्हा नेपोलियनच्या वाचण्यात हा महाग्रंथ आला, तेव्हा त्याने लाप्लासला विचारले की त्याच्या ग्रंथात कुठेही परमेश्वराचा उल्लेख कसा नाही? यावर लाप्लासने उत्तर दिले, 'कारण मला ग्रहांच्या परिभ्रमणाचे विश्लेषण करण्यासाठी त्या गृहितकृत्याची (हायपॉथिसिसची) गरज भासली नाही.'

आजच्या काळाला विज्ञानाचे युग म्हटले जाते. पण असे म्हणणे आधुनिक माणसाच्या मनामधील प्रवृत्तींशी विसंगतच दिसते. आजच्या काळाला विज्ञानयुग म्हणण्याचा अर्थ एवढाच दिसतो की आज मानवी समाज मोठ्या प्रमाणावर विज्ञानाने लावलेल्या शोधांवर अवलंबून आहे. मानवी मनातील प्रवृत्तींबाबत मात्र समाजमन दुभंगलेलेच दिसते. एका बाजूला विज्ञानाला वाहलेल्या अनेक संशोधन संस्था आणि प्रयोगशाळा दिसतात. तर दुसऱ्या बाजूला अनेकविध प्रकारच्या अंधश्रद्धा नांदतांना प्रकर्षाने दिसतात.

या उदाहरणाने या दोन दृष्टिकोनांतील आणखी एक फरक स्पष्ट होतो. ग्रहांच्या परिभ्रमणाचे शास्त्रीय ज्ञान दीर्घ परिश्रमाने प्राप्त झालेले आहे. सुरुवातीला ग्रीक विचारवंत (इ.स.पू.३०० वर्षे), नंतर कोपर्निकस (१४७३-१५४०), गॅलिलिओ (१५६४-१६४२), केप्लर (१५७१-१६३०) आणि न्यूटन (१६६२-१७२७) व शेवटी लाप्लास (१७४९-१८२७) या सर्वांच्या प्रयत्नांमुळे. सूर्यामधील ऊर्जेच्या साठ्याचे स्पष्टीकरण अगदी अलिकडे म्हणजे सुमारे चाळीस वर्षांपूर्वी देण्यात यश मिळाले. याचा अर्थ, शास्त्रीय शोधाचा मार्ग ताबडतोबीचा काही फायदा मिळवून देत नाही. बऱ्याच वेळा त्या शोधाकरता चिकाटी व परिश्रम यांची आवश्यकता असते. याउलट, अंधश्रद्धाळू वृत्ती बाळगणे व प्रत्येक गूढ घटना ही दैवी वा अतिनैसर्गिक कारणांनी घडते असे म्हणून मोकळे होणे ही अगदी सोपी गोष्ट असते.

या लेखामध्ये मी विज्ञानयुगातील वैशिष्ट्यपूर्ण अशा काही उदाहरणांची चर्चा करणार आहे, ज्यांना अतिनैसर्गिक वा अद्‌भुत म्हणून संबोधले जाते. त्या घटनांना चमत्कारपूर्ण म्हणण्यात कितपत तथ्य आहे? विज्ञानाच्या तपासण्यांपुढे असे म्हणणे टिकू शकते का?

उडत्या तबकड्या

२४ जून १९४७ रोजी केनेथ अर्नोल्ड नावाच्या एका बत्तीस वर्षाच्या उद्योगपतीला, त्याच्या छोट्या विमानातून अमेरिकेच्या वॉशिंग्टन प्रांतातील माऊंट रेनियरजवळ उड्डाण करत असताना एक चमत्कारिक घटना घडताना

उडती तबकडी

दिसली. आकाशामध्ये दिसणाऱ्या नऊ तबकड्यांसारख्या वस्तू त्याच्या विमानाचा पाठलाग करताना त्याला दिसल्या. त्याने विमानाचा वेग किंवा उंची कमीजास्त करूनसुद्धा त्या वस्तूंनी विमानाचा पाठलाग चालू ठेवला. अर्नोल्डने विमान उतरवल्यानंतर या घटनेचा वृत्तांत सांगितला व त्याला अमाप प्रसिद्धी देण्यात आली. या घटनेमुळेच उडत्या तबकड्या हा शब्दप्रयोग प्रचारात आला.

अर्नोल्डच्या उडत्या तबकड्यांना प्रसिद्धी मिळाल्यानंतर अमेरिकेतील अनेक ठिकाणांहून अशाच तऱ्हेच्या बातम्या येऊ लागल्या. मग असा युक्तिवाद केला गेला की त्या उडत्या तबकड्या पृथ्वीच्या बाहेरून, कोणत्यातरी आपल्यापेक्षा अधिक प्रगत संस्कृती असलेल्या आकाशगंगेतील ग्रहाकडून येत होत्या. या तबकड्यांपासून वा अवकाशयानांपासून देशाच्या एकूण सुरक्षिततेला धोका असल्याची भीती व्यक्त केली गेली व या घटनांची शासकीय पातळीवरून चौकशी करण्याची मागणी केली गेली.

असेही आरोप केले जाऊ लागले की सरकारी अधिकारी जनतेच्या सुरक्षिततेशी संबंधित अशा या गंभीर घटनांवर गुप्ततेचे पांघरुण घालत आहेत. सरतेशेवटी अमेरिकन विमानदलाने त्या तथाकथित पृथ्वीबाहेरून आलेल्या वस्तूंचा पूर्ण तपास करण्याकरता एका समितीची नेमणूक केली.

अमेरिकन विमानदलाच्या अनेक समित्यांनी 'अनोळखी उडणाऱ्या वस्तूं'चे (यु.एफ.ओ.) दर्शन घडल्याच्या वरवर पाहता स्पष्टीकरण नसलेल्या बातम्यांची संशोधने केली. प्रॉजेक्ट साईन, प्रॉजेक्ट ग्रज व १९५२ मध्ये सुरू झालेला प्रॉजेक्ट ब्ल्यू बुक इत्यादि नावांनी ती प्रसिद्ध झाली. त्यापैकी शेवटचा संशोधन प्रकल्प तब्बल सतरा वर्षांनी म्हणजे १९६९ मध्ये बंद करण्यात आला. प्रसिद्ध शास्त्रज्ञ एफ. कॉण्डन याच्या मार्गदर्शनाखाली शोध करणाऱ्या या समितीला त्यांच्या संशोधनात काय आढळले?

समितीला असा काहीही पुरावा सापडू शकला नाही की ज्यामुळे असे सिद्ध व्हावे की अशा एका तरी घटनेमध्ये परग्रहावरचे अवकाशयान पृथ्वीवर आलेले होते.

या संदर्भात एक लक्षात ठेवण्याजोगी गोष्ट म्हणजे अनोळखी उडत्या वस्तूविषयीच्या प्रत्येक वृत्ताचा शेवटपर्यंत, म्हणजे त्या वस्तूची पूर्ण ओळख पटेपर्यंत

तपास करण्यात आला. जोपर्यंत निश्चित ओळख पटत नाही तोपर्यंत ती वस्तू 'अनोळखी उडती वस्तू' गणली गेली. अर्थात जरी हे ब्ल्यू बुक प्रॉजेक्ट १९६९ मध्ये बंद झाले असले तरी यु.एफ.ओ. दिसल्याची वृत्ते सतत येतच राहिली.

ब्ल्यू बुक समितीच्या आणि नंतरच्या इतर स्वतंत्र संशोधन मोहिमांच्या निष्कर्षामध्ये लक्षणीय साम्य दिसते. बहुतेक सर्व घटनांमध्ये यू.एफ.ओ. चे स्पष्टीकरण खालीलपैकी एखाद्या तऱ्हेने करता आले.

१) वृत्तांतात वर्णिलेला प्रसंग हा एक मुद्दाम केलेला बनवा-बनवीचा प्रकार होता.

२) घटनेचा साक्षीदार विश्वासार्ह नव्हता. उदा. गत कालात तो सवयीने खोटारडा होता किंवा वैद्यकीय दृष्ट्या वेडसर व खोटे भास होणारा किंवा अमली पदार्थ घेणारा होता इत्यादी. या प्रकारात वरीलप्रमाणे मुद्दाम खोटी माहिती देण्याचा प्रयत्न केला गेलेला नव्हता.

३) कमी उंचीवर उडणारी विमाने वा कृत्रिम (मानवाने बनवलेले) उपग्रह, क्षितिजाच्या जवळ असलेले शुक्रासारखे ग्रह यांना चुकीने परग्रहावरील अवकाशयाने म्हटले गेले. (याचे उल्लेखनीय उदाहरण खुद्द अमेरिकेचे अध्यक्ष कार्टरनी अमेरिकेत ६ जानेवारी १९६९ रोजी पाहिलेली 'उडती तबकडी')

४) ज्यांचे अस्तित्त्व अधिकृतपणे कधी मान्य केलेले नाही अशी गुप्त लष्करी विमाने वा उपग्रह दिसले व त्यांना अनोळखी उडती वस्तू मानले गेले.

५) मृगजळ, तपमानातील उलटापालट, गोलकाच्या आकाराची वीज पडणे, अशासारखे काही दृष्टिभ्रम वा विशिष्ट घडामोडी वातावरणातील परिणामांनी निर्माण होतात. आणि बऱ्याचदा या घटनांचा उगम अतिनैसर्गिक (व परग्रहावरील) आहे अशी चुकीची समजूत करून घेतली जाते. अर्नोल्ड याच्या दृष्टीस पडलेल्या तबकड्यांचा खुलासा वातावरणातील तपमानाच्या उलटापालटीवरून करणे शक्य आहे.

संशोधनाचे निष्कर्ष असे असले तरीही जगभरची अनोळखी उडत्या वस्तूंच्या अस्तित्वावर विश्वास ठेवणारी मंडळी हा नाद सोडायला तयार नाहीत; पृथ्वीवर परग्रहावरून याने येत आहेत असे त्यांचे अजूनही म्हणणे आहे. ते असा युक्तिवाद करतात की जरी अनोळखी उडत्या वस्तूंबद्दलचे ९० टक्के वृत्तांत वरील (१) ते (५) या प्रकारांमध्ये मोडत असले तरी काही स्पष्टीकरण

करता येत नाही अशा काही घटना शिल्लक राहतात आणि ती परग्रहांवरून पाठवलेल्या यानांचीच उदाहरणे असली पाहिजेत.

फिलिप क्लास

वॉशिंग्टनचे फिलिफ क्लास यांनी या मंडळींनी सादर केलेल्या स्पष्टीकरण करता न आलेल्या उदाहरणांपैकी काही 'सर्वोत्तम' उदाहरणे निवडली आहेत - अशी उदाहरणे त्यांनी घेतली आहेत की वरवर पाहता वरील (१) ते (५) पैकी कोणत्याच शक्यतांमध्ये ती मोडत नाहीत. काही वर्षांपूर्वी प्रसिद्ध झालेल्या "यू.एफ.ओ.ज् एक्सप्लेन्ड" या त्यांच्या पुस्तकात क्लास यांनी असे दाखवून दिले आहे की या उदाहरणांबाबतसुद्धा रहस्यमय व अद्भुत असे काहीही नाही. खरे पहाता वरीलपैकी कोणत्यातरी एका प्रकारात मोडलेली उदाहरणे क्लास यांनी घेतलेली आहेत.

उदा. सामान्य माणूस अनोळखी उडत्या वस्तूंच्या छायाचित्रांवर साधारणत: विश्वास ठेवतो. पण क्लास यांनी असे सिद्ध केले आहे की असली छायाचित्रे बनावट असू शकतात. रॉबर्ट शीफर या संशोधकाने अशा छायाचित्रांचा नकलीपणा शोधून काढण्याकरता काही खास शास्त्रीय तंत्रे विकसित केली आहेत. शीफर यांनी केलेल्या संशोधनावरून हे स्पष्ट दिसते की छायाचित्रे हा काही भरभक्कम पुरावा मानता येत नाही.

क्लास यांच्या व्यतिरिक्त इतरही अनेक शास्त्रज्ञांनी अनोळखी उडत्या तबकड्यांबद्दल संशोधन केलेले आहे. जेमिनी ७, अपोलो १२ या अवकाशयानामधील यात्रींना अशा वस्तूंचे दर्शन घडले होते असे वृत्त होते. त्यावरही संशोधन व चर्चा झाली आणि असे सिद्ध झाले की या घटनांचे बुद्धिनिष्ठरीत्या स्पष्टीकरण करणे शक्य आहे. परग्रहावरील बुद्धिमान प्राण्यांच्या संभाव्य हस्तक्षेपाचा काहीही संबंध न आणता.

या सर्व घडामोडींवरून वाचकाची अशी कदाचित समजूत होईल की परग्रहांवर जीव अस्तित्त्वात नाहीत असा शास्त्रज्ञांचा ठाम विश्वास आहे. पण असे मानणे बरोबर नाही. आपली पृथ्वी ज्या तारकापुंजामध्ये (गॅलेक्सी) आहे तिचा आकार प्रचंड आहे; तसेच आपल्या तारकापुंजासारखे इतर कित्येत तारकापुंज

विश्वामध्ये आहेत ही वस्तुस्थिती आहे. या दोन गोष्टी लक्षात घेता, जीवसृष्टी फक्त पृथ्वीवरच अस्तित्त्वात असेल हे फारच असंभवनीय आहे. खरे तर आपल्या तारकापुंजातदेखील सुमारे दहा लाख अशी ठिकाणे आहेत की जेथे बुद्धीने व तंत्रज्ञानाच्या दृष्टीने आपल्यापेक्षाही प्रगत अशी जीवसृष्टी नांदत असणे सहज शक्य आहे.

पण तरीही अशा ठिकाणांहून परग्रहवासीयांची अवकाशयाने पृथ्वीवर येणे असंभवनीय आहे. याला कारण अशा कोणत्याही दोन नमुनेदार ठिकाणांमधले प्रचंड अंतर. उदा. पृथ्वीच्या सर्वात जवळ असणारा तारा पृथ्वीपासून सुमारे ४.२ प्रकाशवर्षे एवढ्या अंतरावर आहे, आणि संपूर्ण आकाशपुंजाचा आकार १,००,००० प्रकाशवर्ष एवढ्या व्यासाच्या एखाद्या तबकडीसारखा आहे. वस्तुतः एवढ्या मोठ्या अवकाशाच्या भागात नांदणाऱ्या दोन संस्कृतींमधील सरासरी अंतर १०० प्रकाशवर्षे इतके प्रचंड असेल. जड वस्तू अवकाशातून जास्तीतजास्त किती वेगाने प्रवास करू शकतात यावर भौतिक नियमांनुसार एक कमाल मर्यादा पडते. ही मर्यादा लक्षात घेऊन, शक्य असणाऱ्या जास्तीतजास्त वेगाने (हा वेग प्रकाशाच्या वेगाइतका असतो) जरी एखाद्या यानाने प्रवास केला तरी दोन संस्कृतीमध्ये जाण्याचा व परतीचा प्रवास २०० वर्षे घेईल. हे प्रकरण त्यामुळे जरा असंभवनीयच आहे.

असे कोणी म्हणू शकेल की मानवी दृष्टीने एक शतक म्हणजे खूप काळ होतो, पण इतर जीवांच्या दृष्टीने असे असेलच असे नाही. असेही शक्य आहे की आकाशपुंजाच्या दुसऱ्या प्रदेशांमध्ये 'नवीन प्रकारचे भौतिकी' चे नियम लागू होत असतील की ज्यानुसार प्रकाशापेक्षाही अधिक वेगाने प्रवास करणे शक्य असेल. पूर्वग्रहरहित खुल्या मनाने कोणत्याही गोष्टीचा विचार करण्याला शास्त्रज्ञ बांधलेला असतो. त्यामुळे या शक्यता त्याने नाकारणे योग्य ठरणार नाही. पण त्याचबरोबर शक्य कोटीतली असली एखादी घटना प्रत्यक्षात घडली असल्याचा जेव्हा दावा केला गेलेला असतो तेव्हा त्याबद्दल विशेष सावध व चिकित्सक दृष्टीने तो पहाणारच. त्याचा तो हक्क आहे.

उदाहरणार्थ, प्रकाशाच्या वेगाने किंवा त्याच्या जवळपासच्या वेगाने प्रवास करणं यानांना शक्य व्हायचे तर त्यांचे डिझाइन पृथ्वीवरच्या आपल्या विमानांपेक्षा व अवकाशयानांपेक्षा अगदी मुळापासून वेगळे असेल अशी आपण अपेक्षा ठेवणे रास्त ठरेल. पण अनोळखी उडत्या वस्तूंबद्दलच्या वृत्तांमध्ये वर्णन केले जाणारे त्यांचे आकार पृथ्वीवरच्या यानांपेक्षा काही वेगळे नसतात. याचा अर्थ असा

होतो की वस्तुस्थितीपेक्षा ज्या साक्षीदारांनी हे आकार 'डोळ्यांनी पाहिले' त्यांच्या कल्पनाशक्तीवरच हे आकार आधारलेले होते!

बर्म्युडा त्रिकोण

उडत्या तबकड्या आणि इतर अनोळखी उडत्या वस्तू यांच्याबद्दलच्या या कहाण्या हजारो प्रकाशवर्ष दूरवरच्या अतिप्रगत परग्रहवासींनी पृथ्वीला दिलेल्या भेटींसंबंधी असतात. तर 'बर्म्युडा त्रिकोण' या नावाने प्रसिद्ध असलेल्या रहस्यमय घडामोडीचा उगम ह्या आपल्या पृथ्वीवरच्याच एका विशिष्ट प्रदेशात घडणाऱ्या अतिनैसर्गिक घटनांमध्ये असल्याचा दावा केला जातो. हा प्रदेश म्हणजे बर्म्युडा,

फ्लोरिडा व पोर्टो रिको या तीन स्थानांना जोडणाऱ्या रेषांनी बनलेले त्रिकोणाकार क्षेत्र. चार्लेस, बर्लिट्झ या लेखकाच्या पुस्तकामुळे अलीकडच्या काळात या प्रदेशाला कुप्रसिद्धी मिळाली. या पुस्तकात बर्लिट्झने असा दावा केला की या त्रिकोणी क्षेत्रामध्ये अशा अनेक रहस्यमय घटना घडतात की ज्यांचे स्पष्टीकरण अतिनैसर्गिक शक्तींचे अस्तित्त्व मान्य केल्याखेरीज करता येत नाही. अशा घटनांची एकदोन उदाहरणे आपण लेखकाने दिली आहेत तशीच घेऊ.

मायामीकडे येणाऱ्या ईस्टर्न एअरलाइन्सच्या एका विमानाचा मागोवा नेहमीप्रमाणे विमानतळावरील रडार व्यवस्थेद्वारा घेतला जात होता. अचानक दहा मिनिटांच्या काळापुरते हे विमान रडारवर दिसेनासे झाले. संकटकाळी विमानाचा शोध घेण्याची यंत्रणा कामाला सुरुवात करणार एवढ्यात ते विमान रडारवर पुन्हा दिसू लागले आणि नंतर सुरक्षितपणे तळावर उतरले. मात्र विमानातील सेवक व उतारुंना एक गोष्ट वगळता प्रवासात काहीही अघटित घडल्याची जाणीव झालेली नव्हती. ही एक गोष्ट म्हणजे जेव्हा त्यांनी आपली घड्याळे पाहिली तेव्हा ती सर्व योग्य वेळेच्या दहा मिनिटे मागे पडलेली असल्याचे आढळले. म्हणजेच ज्या गूढ शक्तीने विमान दहा मिनिटांपुरते रडारवर अदृश्य केले होते तिने विमानातील कालदर्शक उपकरणांच्या कार्यातही हस्तक्षेप केलेला होता असे दिसत होते.

यापेक्षाही जास्त विलक्षण घटना ५ डिसेंबर १९४९ या दिवशी घडली; 'फ्लाइट-१९ संबंधीची घटना' असे तिला म्हटले जाते, ही फ्लाइट-१९ म्हणजे

फोर्ट लॉडरडेल या फ्लोरिडातल्या विमानतळावरून ॲव्हेंजर विमानांच्या एका तुकडीने प्रशिक्षण मोहिमेसाठी केलेले उड्डाण होते. अग्रभागीचे एक विमान वगळता बाकी सर्व विमाने प्रशिक्षणार्थी विमानचालक चालवत हेते. लेफ्टनंट चार्लस् टेलर या अनुभवी विमान चालकाच्या मार्गदर्शनाखाली हे सर्व प्रशिक्षणार्थी विमाने चालवत होते. या विमानांची वाट चुकली आणि ती कधीही परत आली नाहीत. त्यांच्या मदतीसाठी नंतर पाठवण्यात आलेले एक विमानसुद्धा अचानक रडारवरून दिसेनासे झाले व परत आले नाही. एका वेळी कमांडर टेलर याचा असा एक संदेश ऐकायला आला की, 'माझ्यामागे येऊ नका... ते बाह्य अवकाशातून आलेले आहेत असे दिसतेय.' तळावर ठेवलेल्या अधिकृत रेडियो नोंदींमध्ये हा संदेश नोंदवला गेला होता. अटलांटिक सागरात या घटनेनंतर घेतलेल्या शोधामध्ये हरवलेल्या विमानांच्या अवशेषांचा लवलेशही सापडला नाही.

या प्रकारच्या घटनांची माहिती ग्रंथरूपात मांडली गेल्यामुळे विलक्षण खळबळ उडाली. वृत्तपत्रे व प्रसारमाध्यमे यांच्या साहाय्याने असा समज निर्माण केला गेला की, 'बर्म्युडा त्रिकोण'मध्ये मानवी शक्तीच्या पलीकडची अशा काही तरी अज्ञात व रहस्यमय शक्ती वसते आहे. शास्त्रीय संशोधनाने या कपोलकल्पित कहाण्यांचा खोटेपणा उघडा पाडल्यानंतरही ही भाकडकथा अजून बऱ्याच प्रमाणात शिल्लक आहे.

बर्म्युडा त्रिकोणातील घटनांसंबंधी एक महत्त्वाचे व मोठे संशोधन लॉरेन्स कुश यांनी केले व अशा ५० घटनांचे विवेचन एका पुस्तकात प्रसिद्ध केले. ॲरिझोना विद्यापिठात कुश हे ग्रंथपाल म्हणून काम करतात. त्यांनी असे दाखवले की या घटनांचे स्पष्टीकरण देण्याकरता अतिनैसर्गिक शक्तीचे अस्तित्व मानण्याची काहीही गरज नाही. वरील दोन उदाहरणाबद्दलचे स्पष्टीकरण म्हणजे शास्त्रीय संशोधन भाकडकथा कशा उधळून लावते याचाच दाखला आहे.

प्रथम ईस्टर्न एअरलाइन्सच्या विमानासंबंधीची घटना. या घटनेच्या तपशीलाचा जेव्हा कुशने तपास सुरू केला तेव्हा अत्यंत महत्त्वाची अशी काही माहिती उपलब्ध नाही असे त्याला आढळले. उदा. बर्लिट्झने पुस्तकात तारीख, उड्डाण क्रमांक इत्यादी तपशील दिलेला नाही. यासंबंधी विमानतळ व ईस्टर्न एअरलाइन्सची कचेरी येथे विचारणा केली असता काहीही मिळाले नाही. अशी काही घटना घडल्याची कोणतीही नोंद कुठेही केलेली नाही! त्यामुळे कोणताच भक्कम वस्तुनिष्ठ (फॅक्ट्सचा) पुरावा नाही. आहेत केवळ काही धूसर वर्णने. हाच प्रकार बर्लिट्झच्या पुस्तकातील इतर घटनांबद्दल आहे.

फ्लाइट-१९ संबंधीच्या घटनेचे अधिक तपशीलवार वर्णन बर्लिट्झच्या पुस्तकात केलेले आहे; पण यातला काही तपशील दिशाभूल करणारा आहे. उदाहरणार्थ, टेलरच्या संदेशाची अधिकृत नोंद वर दिल्याप्रमाणे नाही, तर ती अशी आहे: 'मी या क्षणी कुठे आहे - मी २३०० फुटांवर आहे. माझ्यामागे येऊ नका!' बरलिट्झने नोंदीचे अवतरण थोडेसेच वेगळे दिले आहे! प्रत्यक्षात ह्या दुर्दैवी विमानावर कुणा रहस्यमय परग्रहवासीयांनी हल्ला केल्याची वा त्यांचा पाठलाग केल्याची मुळीसुद्धा सूचना या संदेशात नाही. वस्तुत: आता कुश व इतर अनेक संशोधकांनी असे सिद्ध केले आहे की टेलरची वाट खरोखरच चुकली होती व (घरी परत जाण्यासाठी) पश्चिमेकडे वळण्याऐवजी त्याने विमाने पूर्वेकडे नेली आणि तळापासून ती अधिकच दूर गेली. शेवटी या विमानांना वादळी समुद्रात उतरावे लागले व त्यात ती नष्ट झाली. त्यांना मदत करण्यासाठी गेलेले व 'अदृश्य झालेले' मरीनर विमान, त्या भागात त्यावेळी असणाऱ्या एका जहाजाला स्फोट होऊन खाली कोसळताना दिसले होते. असा स्फोट होणे सहज शक्य होते, कारण या मॉडेलच्या विमानांमध्ये इंधनाची टाकी विमानाच्या अगदी बाहेरच्या भागात होती; यामुळे विमानांना 'उडती इंधन टाकी' असे टोपणनावही मिळालेले होते.

बर्म्युडा त्रिकोणामध्ये घडलेल्या जहाजांच्या व विमानांच्या अपघातांचा संख्याशास्त्रीय अभ्यास करण्यात आला तेव्हा असे दिसले की या क्षेत्रामधील अपघातांचे प्रमाण जगातल्या इतर कोणत्याही क्षेत्रात घडणाऱ्या अपघातांच्या प्रमाणापेक्षा जास्त नाही. उदा. उत्तर अमेरिका खंडावरील आकाशामध्ये विमान अपघात घडण्याचे प्रमाण बर्म्युडा त्रिकोणामध्ये घडणाऱ्या अपघातांच्या प्रमाणापेक्षा जास्त आहे.

म्हणून, संदिग्ध व धूसर वर्णने, दिशाभूल करणारी विधाने व अर्धसत्यकथन बर्म्युडा त्रिकोणाबद्दलची भाकडकथा निर्माण करण्यास जबाबदार आहेत. पण माणसाच्या स्वभावाची गंमत अशी आहे की वास्तवतेपेक्षा असल्या भाकडकथांमध्ये लोकांना जास्त रस वाटतो.

चमत्कार

जुनी पुराणे, लोककथा यांमधून 'चमत्कार' म्हणता येण्याजोग्या अनेक घटना आढळतात. चमत्कार बहुधा दोन प्रकारचे असतात. एक प्रकारात घटना नैसर्गिक नियमांविरुद्ध घडल्यासारख्या दिसतात, परंतु त्यामागे कोणतीही मानवी कृती नसते. उदाहरणार्थ या प्रकारच्या चमत्कारांत, दुष्काळानंतर अचानक महापूर येणे, मृत माणसाचे जिवंत होणे, किंवा महापूर आलेली नदी एकदम शांत होणे, इत्यादी

घटनांचा समावेश होतो. या अतिनैसर्गिक घटनांमध्ये ईश्वराचा कोप किंवा कृपा यांची अभिव्यक्ती होत असते. तर दुसऱ्या प्रकारचे चमत्कार मानवाने घडवलेले आढळतात. श्रीकृष्ण, येशू ख्रिस्त, गौतम बुद्ध अशा महापुरुषांच्या जीवनाशी असे चमत्कार निगडीत आहेत. जुन्या कथांमध्ये वर्णिलेल्या चमत्कारांचा हेतू धर्मप्रसार असा होता.

अर्थातच आजच्या विज्ञानाला या प्राचीन पुराणकथांचे चिकित्सक विश्लेषण व मूल्यमापन करणे शक्यच नाही. मात्र आधुनिक विज्ञानाच्या पायावर एखाद्या 'आधुनिक चमत्काराच्या' दाव्याची तपासणी करून खरेखोटे ठरवण्यासाठी योग्य अशी पद्धत उपलब्ध करून देणे शक्य आहे. माणसाने हवेत तरंगणे, शून्यातून वस्तू तयार करणे, दुसऱ्याच्या मनातील ओळखणे, देह येथेच ठेवून दूरच्या जागेला अंतर्मनाने भेट देणे इत्यादी गोष्टींचे दावे हे नियंत्रित वैज्ञानिक प्रयोगाच्या आधारे तपासता येतील.

आपल्यापैकी बहुतेक सर्वांनी जादूचे प्रयोग पाहिलेले आहेत. हे प्रयोगसुद्धा निसर्गनियमांच्या दृष्टीने अशक्य कोटीतले वाटतात. वरवर रिकाम्या दिसणाऱ्या भांड्यातून जिवंत ससा कसा बाहेर पडू शकतो? एका मुलीचे दोन तुकडे करूनसुद्धा ती मुलगी कोणतीही इजा न पोचता जिवंत कशी बाहेर येऊ शकते? एक भांडे अमर्याद पाणी कसे पुरवू शकते? परंतु हे प्रयोग म्हणजे चमत्कार नाहीत. जे जादुगार प्रयोग करतात ते उघडपणे सांगतात की वरवर पाहता चकित करणाऱ्या या प्रयोगांमागे हातचलाखी, विशेष उपकरणे, विशिष्ट प्रकाशयोजना व प्रेक्षकांवर मानसिक परिणाम घडवणाऱ्या युक्त्या असतात.

ज्यावेळी असे उघडपणे कबूल केले जात नाही व असा दावा केला जातो की या चमत्काराला विशेष अंतर्मनाच्या शक्ती किंवा दैवी शक्ती कारणीभूत आहेत, त्यावेळी ते विज्ञानाला व वैज्ञानिकांना छुपे आव्हानच ठरते. या चमत्कारांमुळे विज्ञानाने प्रस्थापित झालेले निसर्गनियम खोटे तर ठरवले जात नाहीत ना?

बऱ्याच वेळा अशा चमत्कारांचा उपयोग एखाद्या पंथाला किंवा या वा त्या नेत्याला प्रसिद्धी व लोकप्रियता मिळवण्यासाठी केला जातो. शैक्षणिक दृष्ट्या मागासलेल्या भारतासारख्या देशामध्ये जर असे चमत्कार आंधळेपणे स्वीकारले गेले व चमत्कार करून दाखवणाऱ्यांचा लोकांनी मानसन्मान केला तर त्यात आश्चर्य काही नाही. मात्र आश्चर्य या गोष्टीचे वाटते की ही तथाकथित चमत्कार करून दाखवणारी मंडळी प्रगत पाश्चिमात्य देशांमध्येही आपला कार्यभाग साधतात. युरी गेलर याचे चमचे वाकवून दाखवण्याचे प्रयोग हे असेच एक उदाहरण आहे. गेलर

म्हणे की मानसिक शक्तीने तो चमचे वाकवतो. सुरुवातीला काही वैज्ञानिकही त्याच्या प्रयोगाने प्रभावित झाले होते. पुढेपुढे मात्र वैज्ञानिक प्रयोगांनी असे सिद्ध झाले की गेलरचा प्रयोग हा काही चमत्कार नव्हता. नंतर काही जादूगारांना तोच प्रयोग गेलर करायचा त्याप्रमाणेच कोणत्याही दैवी सामर्थ्याचा वा वस्तूवरील मन:शक्तीच्या विजयाचा दावा न करता करून दाखवता आला.

नियंत्रित (वैज्ञानिक) प्रयोग

नियंत्रित (वैज्ञानिक) प्रयोग म्हणजे काय? याचे महत्त्व समजण्यासाठी एक उदाहरण घेऊ. एक व्यक्ती नाणे हवेत उडवते व नाणे छापाची बाजू वर राहून जमिनीवर पडेल असा अंदाज बांधते. समजा नाणे खरोखरच छापाची बाजू वरती राहून जमिनीवर पडले व त्यावरून त्या माणसाने स्वत:जवळ अचूक भविष्य वर्तवण्याची शक्ती असल्याचा दावा केला तर तो समर्थनीय ठरेल का? याचे उत्तर 'नाही' असे आहे. वाईट बनावटीचे किंवा खास पद्धतीने बनवलेले जर नाणे नसले तर पन्नास टक्के शक्यता अशी आहे की नाण्याची छापाची बाजू वर राहील. अशा परिस्थितीत अचूक भविष्य वर्तवण्याला संख्याशास्त्राच्या दृष्टीने काहीच महत्त्व नाही.

आता असे गृहीत धरा की तेच नाणे ओळीने दहा वेळेस हवेत उडवले. एका ठरावीक क्रमात नाणे खाली पडण्याची (उदाहरणार्थ छाप, काटा, काटा, छाप, काटा, छाप, छाप, छाप, काटा, काटा) शक्यता किती आहे? तशी शक्यता एकदशांश टक्क्यापेक्षाही कमी आहे. म्हणजे पुरेशी कमी आहे. आता जर एखादी व्यक्ती या एकूण क्रमाचे अचूक भविष्य वर्तवू लागली तर संख्याशास्त्राच्या दृष्टीने त्या व्यक्तीने काही विशेष करून दाखवले असे म्हणता येईल का? याखेरीज, त्या व्यक्तीजवळ अचूक भविष्य वर्तवण्याची शक्ती असल्याचा निष्कर्ष तेव्हाच काढता येईल, जेव्हा हा प्रयोग अनेक वेळा वेगवेगळी समतोल नाणी वापरून व निरनिराळ्या व्यक्तींनी नाणेफेक करून यशस्वी होईल. अशा प्रकारचे प्रयोग करूनच, वर सांगितल्याप्रमाणे युरी गेलरजवळ दैवी सामर्थ्य नसल्याचे सिद्ध करता आले. अशा तपासणीमागच्या दृष्टिकोनाला वैज्ञानिक दृष्टिकोन म्हणता येईल.

चमत्कार व विलक्षण घटना यांचे दावे हे वैज्ञानिक पद्धतीने प्रयोग करून तपासून पहावेत काय? असेही म्हणता येईल की वैज्ञानिकांना अशा गोष्टी तपासून पाहण्यापेक्षा जास्त महत्त्वाची अशी अनेक कामे करण्याजोगी आहेत!

खरोखरच बहुतेक सारे व्यावसायिक वैज्ञानिक असल्या चमत्कारांच्या दाव्यांकडे व घटनांकडे विज्ञानापलीकडच्या वा कृतक-विज्ञानाच्या (पॅरासायन्स वा स्युडो-सायन्स) बाबी मानून त्यांच्याकडे दुर्लक्ष करतात. दुसऱ्या बाजूला, चमत्कार करणारे अनेक साधू त्यांचे चमत्कार नियंत्रित परिस्थितीमध्ये तपासून पहाण्याच्या वैज्ञानिकांच्या आव्हानास धुडकावून लावतात वा त्याकडे दुर्लक्ष करतात. ते साधू किंवा त्यांचे समर्थक असे म्हणतात की जोपर्यंत हे चमत्कार सामान्य जनतेला मानसिक शांती मिळवून देतात तोपर्यंत त्यांच्या खरेखोटेपणाविषयी वा वैज्ञानिकतेविषयी तमा कशाला बाळगावी?

अफूसारख्या मादक पदार्थांच्या समर्थनासाठी सुद्धा वरीलप्रमाणे यक्तिवाद करता येईल, कारण ते पदार्थ माणसाच्या संवेदना बधीर करतात व त्याच्या मनाला 'शांती' मिळवून देतात. एका प्रसिद्ध म्हणीत बदल करून आपल्याला असे म्हणता येईल, की 'समाजाला त्याच्या लायकीनुसारच दैवी पुरुष व साधुसंत मिळतात, पण ज्या समाजात चमत्कार व अतिनैसर्गिक सामर्थ्याचे दावे आंधळेपणाने विनाचिकित्सा स्वीकारले जातात त्या समाजात विज्ञानाची प्रगती ही अडखळत व मंदपणेच होत राहणार, हेही खरे आहे.

या लेखाचा उद्देश कोणताही विशिष्ट कार्यक्रम सुचवण्याचा नाही, तर आपल्या विज्ञानयुग म्हटल्या जाणाऱ्या काळात जे परस्परविरोध आपल्या विचारामध्ये आहेत ते स्पष्ट करणे हा आहे. अनोळखी उडत्या तबकड्यांबद्दल किंवा बर्म्युडा ट्रँगलच्या दुष्ट व रहस्यमय परिणामाबद्दल आपण बोलत असू, किंवा चकित करणाऱ्या चमत्कारांमध्ये आपण दैवी सामर्थ्याचे अस्तित्त्व पाहत असू, प्रत्येक ठिकाणी दृष्टिकोनातील तोच परस्परविरोध आढळून येतो. अशा तऱ्हेच्या गोष्टी पाहायला वैज्ञानिक दृष्टिकोन हवा.

परंतु विज्ञानाची आगेकूच ही निर्विवादपणे चालूच राहणार आहे. आणि पूर्वीच्या काळात घडले त्याप्रमाणे आजच्या काही अंधश्रद्धा विज्ञानाच्या प्रकाशापुढे कोसळून पडणार आहेत. असे असले तरी मानवी स्वभावात आमूलाग्र बदल होणे हे संभवनीय वाटत नाही, आणि त्यामुळे वर वर्णन केलेल्या परस्परविरोधी दृष्टिकोनांची काही नवनवी उदाहरणे आपल्यासमोर येतीलच.

दूध पिणारा गणपती?!

दुपारी अडीचच्या सुमाराला मराठी विज्ञान परिषदेचे कार्यवाह अ.पां. देशपांडे यांचा फोन आला. ''जयंतराव! तुम्ही पूर्वी 'उजव्या सोंडेचा गणपती' ही विज्ञानकथा लिहिलीत. आता 'दूध पिणारा गणपती' अशी गोष्ट लिहा.''हे काय गौडबंगाल आहे? अ.पां.नी खुलासा केला. सगळीकडे बातमी पसरली आहे की गणपतीच्या मूर्ती दूध पीत आहेत... मुंबईत नव्हे तर अख्ख्या भारतात, गणपतीपुढे रांगा लागल्यात. नंतर आढळून आले की ही अतिशयोक्ती नव्हती. बृहद् भारतात (बृहन्महाराष्ट्र असतो तर बृहद् भारत का नसेल?) गणपतीच काय पण इतर देवांच्या मूर्तीही दूध पीत होत्या.

पुराणात गणपतीचा दुधाशी संबंध आल्याचे वाचले नव्हते. गणपती दूध पितो म्हणजे नेमके काय करतो? प्रत्यक्ष घरी प्रयोग करून पाहावा म्हणजे 'सर्फेस टेंशन' च्या गुणांचा प्रत्यय येईल. आपण विज्ञानयुगात वावरतोय याची जाणीव मला त्या दिवशी प्रकर्षाने झाली. आपली संचार साधने आता इतकी सक्षम झाली आहेत की 'माहिती' आ सेतु हिमाचल, ब्रह्मपुत्रेपासून सिंधूपर्यंत पसरायला वेळ लागत नाही. गेल्या शतकात हे शक्य झाले नसते. विज्ञान-तंत्रज्ञानानी पुरवलेली साधने किती प्रभावी असू शकतात हे ह्या घटनेने दाखवून दिले.चित्त ठिकाणावर ठेवून 'ही अंधश्रद्धा आहे' हे ठामपणे सांगणारे अभिनंदनीय आहेत. २१ सप्टेंबरचा 'चमत्कार' औट घटकेचा ठरला ही बाब एक आशेचा किरण दाखवून गेली. पण खरा चमत्कार होता तो माहितीच्या आधुनिक युगाचा! गणपती दूध पितो ही वार्ता किती शीघ्रतेने जगभर पसरली ही विज्ञान-तंत्रज्ञानाचा चमत्कार नव्हे का?

५.

विज्ञान : एक जादूचा दिवा

अल्लाउद्दिन व त्याच्या जादूच्या दिव्याची गोष्ट अनेकांना माहीत असेल. हा दिवा घासताच एक राक्षस निर्माण होत असे व त्याला सांगितलेले काम तो करीत असे. विज्ञान हाही असाच एक जादूचा दिवा आहे. त्यावर शास्त्रज्ञांनी आपली डोकी घासताच त्यातून एक राक्षस बाहेर पडतो. त्या जुन्या गोष्टीत, जेव्हा जेव्हा सज्जनांच्या हातात हा दिवा गेला, तेव्हा तेव्हा त्या राक्षसाने चांगली कृत्ये केली. दुर्जनांच्या हातात जेव्हा दिवा गेला, तेव्हा त्याच राक्षसाच्या हातून वाईट कृत्ये घडली.

विसाव्या शतकात माणसाने विज्ञानाचे सामर्थ्य काय असते ते पाहिले आहे. रस्ते, पूल, धरणे इत्यादिंमधील विज्ञानाची प्रगती दिसली आहे. शेती व औषधीशास्त्र यांच्यातील प्रगतीमुळे मानवी जीवन किती सुखावह होऊ शकते हे अनुभविले आहे. तसेच तंत्रशास्त्राची अणुबाँब, प्रदूषण अशी सैतानी अपत्येही दिसत आहेत. विज्ञानाच्या जादूच्या दिव्याकडून चांगली व वाईट अशी दोन्ही प्रकारची फळे मिळतात हे सिद्ध झालेले आहे. मनुष्यस्वभाव लक्षात घेता नजिकच्या भविष्यकाळात ही परिस्थिती आमूलाग्र बदलेल असे काही वाटत नाही. तरी देखील मनुष्य हा एक विचार करणारा प्राणी आहे. अन् त्याची विवेकबुद्धी त्याला या जादूच्या दिव्याकडून केवळ कल्याणकारकच कामे करवून घेण्यास सांगते. भविष्यकाळात परिस्थिती अधिक बिघडू न देण्याची ताकद माणसाच्या याच विवेकबुद्धीत आहे. मानवाच्या अस्तित्त्वाबद्दलच्या साऱ्या आशा येथेच केंद्रित होतात.

मानवजातीच्या कल्याणासाठी हा विज्ञानाचा दिवा कसा वापरावा? याचे उत्तर साधे सरळ नाही. त्यामुळेच भ्रांती पडून चुकीची दिशा धरली जाते. परिणामी खरे उत्तर गवसत नाही व माणूस अधिकच गोंधळून जातो. मूळ विचारातच गोंधळ असेल तर तो तंत्रशास्त्राकडून करवून घेतलेल्या तथाकथित प्रगतीतही उमटणार. पुढारलेल्या पाश्चिमात्य देशांत हा प्रकार स्पष्टपणे दिसून येतो. १९७७ च्या उन्हाळ्यात प्रसिद्ध झालेल्या 'अमेरिकन रिव्ह्यू' या नियतकालिकात याचे पडसाद उठलेले आढळतात. दोन परस्परविरोधी दृष्टिकोन त्यात व्यक्त केले गेले आहेत.

तंत्रशास्त्र दोषी आहे काय?

तंत्रशास्त्राच्या बाजूने अनुकूल मत व्यक्त करणाऱ्या सॅम्युअल फ्लॉरमन या अभियंत्याने तंत्रशास्त्रावरील अनेक आक्षेप खोडून काढले आहेत. विशेषत: 'तंत्रशास्त्रामुळे संस्कृतीचा ऱ्हास होतो' हे मत चुकीचे ठरविण्यासाठी त्याने अनेक उदाहरणे पुढे केली आहेत. अण्वस्त्रे, वाहनांच्या गर्दीमुळे बंद पडणारी वाहतूक, अपघात, प्रदूषण इत्यादी जरी तंत्रशास्त्राच्या परिणामामुळे होत असले, तरी त्याबद्दल तंत्रशास्त्राला जबाबदार धरावे काय? फ्लॉरमन म्हणतो की, ''तंत्रशास्त्र ही काही एखादी स्वतंत्र शक्ती नाही की जी स्वत:च्या मनाप्रमाणे वागू शकते. तंत्रशास्त्र ही एक चळवळ आहे व ती लोकांनी आपल्या पसंतीनुसार घडवून आणलेली आहे.

फ्लॉरमनने मोटारगाडीचे उदाहरण दिले आहे. एका ठिकाणाहून दुसऱ्या ठिकाणी चटकन व स्वतंत्रपणे जाता येत असल्याने मोटारगाडी लोकप्रिय झाली. जर मोटार-संस्कृतीचा जाच होतो आहे असे वाटले तर लोक तंत्रशास्त्रज्ञांना मोटारीपेक्षाही सरस व निर्दोष अशा वाहनाचा शोध लावण्यास आपोआपच सांगतील.

तंत्रशास्त्रावर अनेक आक्षेप घेतले जातात. उदाहरणार्थ, मूठभर तंत्रशास्त्रज्ञ बहुसंख्यांवर अधिकार गाजवतात, तंत्रशास्त्रामुळे माणूस निसर्गापासून तोडला जाऊन पांगळा बनतो; तंत्रशास्त्रामुळे माणूस वस्तूंचा वापर त्याची इच्छा नसली तरी भरमसाठ करू लागतो वगैरे. फ्लॉरमन म्हणतो की या साऱ्या प्रकारांना तंत्रशास्त्र मुळीच जबाबदार नाही. यांतील कित्येक समस्या पूर्वीपासूनच आहेत. साधनसंपत्ती असलेल्या मूठभर 'आहे रे' वाल्यांनी बहुसंख्य 'नाही रे' वाल्यांवर सत्ता गाजवणे ही तर विसाव्या शतकापूर्वीपासूनचीच गोष्ट आहे. असल्या समस्या सामाजिक व आर्थिक परिस्थितीमधून आणि मनुष्यप्रवृत्तींमधून उद्भवत असतात - तंत्रशास्त्रामधून नव्हे. उलट सामाजिक विषमतेची जाणीव करून देण्यास तंत्रशास्त्रच मदत करते. निसर्गापासून दूर जाणारा माणूस हा आपल्या स्वेच्छेने आपला सुखाचा मार्ग ठरवून जात असतो. गुहेत राहणारा माणूस हा पूर्णपणे

निसर्गसन्निध होता. शहरातील लोकलगाड्यांतून प्रवास करणाऱ्या नागरिकांची दु:खे व यातना गुहेतल्या माणसापेक्षा कमी आहेत व तो निश्चितच अधिक सुखी आहे. वस्तूंचा वापर जरुरीपेक्षा जादा केला जातो हे म्हणणेही चूक आहे. लोकांची एकूण गरज किती आहे याचा अंदाज घेऊन मगच तेवढे उत्पादन केले जाते. यापेक्षा जादा उत्पादन केले तर ते विकले जाणार नाही याची उत्पादकाला नेहमीच जाणीव असते.

वरील प्रतिपादन बऱ्याच अंशी बरोबर आहे. विज्ञान (सायन्स) व तंत्रशास्त्र (टेक्नॉलॉजी) झुगारून द्या व निसर्गाकडे चला, अशा टोकाच्या मताला जाणारा लंबक मागे आणण्यास फ्लॉरमनचे तंत्रशास्त्राच्या बाजूचे हे प्रतिपादन उपयोगी पडते. तरीही तंत्रशास्त्रामुळे काही अपायकारक परिणाम घडतात हेही तितकेच खरे. अर्थात तंत्रशास्त्राचा चुकीचा वापर हे त्यामागचे खरे कारण आहे. जादूच्या दिव्याच्या राक्षसाला अनेकदा वाईट कृत्ये करावयास कोणीतरी सांगितले होते. मग ते सहेतुक असो की निर्हेतूकपणे असो.

माणसाच्या हक्कावर गदा

प्रा. रेने ड्युब्वॉ यांनी तंत्रशास्त्राची बाजू उचलून धरणाऱ्यांवर हल्ले चढविले आहेत. त्यांच्या मते तंत्रशास्त्रांमधील नवनव्या शोधांचे सुरुवातीस स्वागत होते पण कालांतराने ते क्लेशदायक म्हणून त्याज्य ठरविले जातात. यासाठी त्यांनी अनेक उदाहरणेही दिली आहेत. अनेक कीटकनाशक औषधांच्या वापरास घातलेली बंदी प्रसिद्धच आहे. निरनिराळे सुगंधी फवारे मारणाऱ्या डब्यांतील रसायनात (उदाहरणार्थ, हेअर स्प्रे) फ्लुरोकार्बन असतात. ही शरीरास घातक असल्याचे सिद्ध झाले आहे. वातावरणाच्या उच्च थरातून ध्वनीपेक्षाही अधिक वेगाने जाणारी जेट विमाने ओझोन वायू नष्ट करतात. हा वायू सूर्यकिरणांतील अपायकारक असा प्रखरपणा कमी करून सूर्यप्रकाश गाळून खाली सोडतो. जर ओझोन नाहीसा झाला तर प्राणिसृष्टी होरपळून नष्ट पावेल. एका समस्येवरील उत्तर हे नवीन समस्या निर्माण करणारे ठरते. कीटकनाशक औषधे, फ्लुरोकार्बनयुक्त फवारे, सुपरसॉनीक जेट विमाने या साऱ्यांवर आलेली अंशत: बंदी हे मनुष्याच्या विचारीपणाचे लक्षण आहे. प्रा. ड्युब्वॉच्या मते निर्मळ वातावरण व परिसर हा प्रत्येक मानवाचा मूलभूत हक्क आहे.

परंतु नवीन शोधामुळे या हक्कावर आक्रमण होते व अजूनही ते चालूच आहे. शेतीसाठी खते आवश्यक आहेत हे खरे. पण खतांच्या कारखान्यामुळे वातावरणाचे प्रदूषण होते. त्याचा मानवी जीवनास धोका पोहोचू लागतो. एका ठिकाणाहून दुसरीकडे लवकरात लवकर पोहोचण्यासाठी विमानांचा उपयोग होतो

हे खरे. पण त्याचबरोबर विमानतळाच्या परिसरातील रहिवाशांना आवाजाच्या त्रासामुळे 'त्राही भगवान' होते हेही तितकेच खरे. या प्रकारात दोष कुणाला द्यावा? आपल्याला खते व विमाने यांची जरुरी आहे पण त्याबरोबर होणारे उपद्रव नको आहेत. तंत्रशास्त्राला त्यासाठी आरोपींच्या पिंजऱ्यात उभे करणे कितपत योग्य आहे? नक्कीच योग्य नाही. प्रगतीसाठी तंत्रशास्त्राचा वापर थोडा अयोग्य रीतीने झाला आहे. अन् येथेच साऱ्या प्रश्नाचे मूळ आहे.

तंत्रशास्त्राचा वाईट परिणाम वातावरणाच्या प्रदूषणात होतो. यासारखेच अन्य वाईट परिणामही होतात. पण ते हळूहळू होत असल्याने त्याचे गांभीर्य आपणास फारसे जाणवत नाही. आपण याची तीन उदाहरणे घेऊ. चढत्या श्रेणीने मी ती येथे मांडतो.

स्वयंचलित यंत्राचा उत्तरोत्तर होत जाणारा मुक्त वापर व त्यावर अवलंबून राहण्याची मनुष्याची प्रवृत्ती, हे पहिले उदाहरण पाहा. तुम्ही जर एखादा चेक वटविण्यासाठी भारतातल्या बँकेत गेलात तर तुमच्या हातात रोख पैसे पडेपर्यंत काय घडलेले दिसते? तो चेक तपासणीसाठी अनेकांच्या हातातून (किमान तिघेजण तरी) - प्रवास करीत असतो. अगदी लवकरांत लवकर पैसे मिळावयास ५ ते १० मिनिटे तरी नक्कीच लागतात. असाच चेक जर तुम्ही अमेरिकेतील बँकेत वटविण्यास केलात तर 'टेलर' कडून तुम्हाला तात्काळ पैसे दिले जातात. तेथे चेकची तपासणी व हिशेबाची नोंदणी संगणकाकडून अक्षरशः क्षणार्धात होते. तिकडच्या अनेक बँकांतून पैसे देण्यासाठी कॅशिअरच नसतो. हेही काम यंत्राकडून करविले जाते. अन् यंत्र ओव्हरटाइमचा भत्ता न मागता चोख काम करू शकत असल्याने, अहोरात्र सेवा खातेदारांना उपलब्ध करून दिली जाते. अगदी रात्री दोन वाजता उठून आपले पासबूक घेऊन बँकेत जा, तिथल्या यंत्रात ते टाका, हव्या त्या रकमेची बटणे दाबा. ते यंत्र पासबुकावरील चुंबकीय शाइने व भोकांनी केलेल्या सांकेतिक नोंदी तपासून तेवढी रक्कम खात्यात असेल तर ते पैसे बाहेर सोडते. मनुष्याची जागा यंत्र हळूहळू कशी घेत आहे, ते यावरून दिसेल. मनुष्यापेक्षा यंत्राची कार्यक्षमता कित्येक पटींनी जास्त असल्याने यंत्राचा वापर हा सतत वाढताच राहणार. यातूनच यंत्रावर जरुरीपेक्षा जादा अवलंबून राहण्याची प्रवृत्ती वाढत जाते. परिणामी रोजगार कमी होतो. यंत्रामुळे तेच काम करणाऱ्या माणसांना जर दुसरे काही करावयास मिळाले नाही तर बेकारीची समस्या उभी राहते. ही समस्या यांत्रिकीकरणाच्या वेगाला लगाम घालते हेही तितकेच खरे. यंत्राचा वापर करूनही सर्वांना काम दिले जाण्याची शक्यता आपल्या समाजात निर्माण करता येईल काय?

आता दुसरे उदाहरण बघा. यंत्रामुळे माणसाचा वेळ वाचला. पण वाचलेल्या वेळाचा उपयोग कसा करावयाचा? हा प्रश्न आपल्याकडे अनेकांना हास्यास्पद वाटेल. पण भरपूर वेळ व संपत्ती हातात असलेली माणसे जेव्हा 'वेळ जात नाही' अशी तक्रार करतात, त्या वेळी हा प्रश्न आपणास कळतो. अशांची संख्या आपणाकडे कमी आहे. पण पुढारलेल्या पाश्चिमात्य देशात ती खूपच असल्याने या प्रश्नाने सामाजिक स्वरूप धारण केले आहे. विज्ञानामुळे मिळणाऱ्या सुखसोयींचा उपभोग घेण्यासाठी व सुखाने कालक्रमणा करण्यासाठी रिकामा वेळ असणे आवश्यक आहे.

आवडत्या खेळात प्राविण्य मिळविण्याकडे या वेळचा उपयोग नाही का होऊ शकणार? संगीत, चित्रकला, साहित्य यांच्या निर्मितीकडे अधिक वेळ देता नाही का येणार? खेळ, आणि निर्मितीक्षम कला व छंद याबाबतीत यंत्रे फारसे काही करू शकत नाहीत. हे मानवाचेच काम आहे. यातील प्रगती केवळ माणसेच करू शकतील. अर्थात् जर जादा वेळ उपलब्ध झाला तर! पण हा वरवरचा विचार झाला. रिकाम्या माणसाच्या मनात सैतानाचा प्रवेश चटकन होऊ शकतो हे विसरू नका. साहित्य, कला, खेळ इत्यादींच्या प्रगतीसाठी नुसता वेळच उपलब्ध होणे आवश्यक नाही, तर त्याचबरोबर त्याला पोषक अशी सामाजिक व आर्थिक परिस्थितीही उपलब्ध असावयास हवी. काम नसल्याने भरपूर रिकामा वेळ असणारी माणसे आपल्याकडे आहेत. पण काय उपयोग? त्या बिचाऱ्या बेकार माणसाजवळ वेळेचा सदुपयोग करण्यासाठी पैसाच नाही. तर ज्यांच्याजवळ वेळ व पैसा दोन्ही आहे, अशांजवळ उच्च अभिरुची व निर्मितीक्षमता नाही! परिणामी रिकाम्या मनातील सैतान समाजापुढे नवीन समस्या निर्माण करून ठेवतो. पाश्चात्य समाजात अमली पदार्थांच्या सेवनाचा वाढता प्रसार गुन्हेगारीतील वाढ, उद्ध्वस्त कुटुंबे असे प्रकार दिसून येतात. भारतासारख्या अर्धविकसित देशांपेक्षा वैज्ञानिकदृष्ट्या विकसित देशांत हे प्रकार मोठ्या प्रमाणात दिसतात.

आता तिसरे उदाहरण पाहा. विज्ञानामुळे बालकांचे अपमृत्यू व साथीचे रोग जवळजवळ आटोक्यात आले आहेत. मनुष्याची आयुर्मर्यादाही वाढली आहे. त्याबद्दल विज्ञानास धन्यवाद दिले पाहिजेत हे खरे. पण जगाच्या वाढत्या लोकसंख्येचा प्रश्नही दिवसेंदिवस उग्र होत चालला आहे. या वाढत्या लोकसंख्येला काम कुठून देणार? सुखसोयी कुठून उपलब्ध करून देणार? तंत्रशास्त्रातील प्रगतीमुळे औद्योगीकरण वाढते. अधिक लोकांना काम मिळण्याची

शक्यता वाढते. म्हणून मनात काही आशा धरावी तर मघाशी सांगितलेले औद्योगीकरणाचे दुष्परिणाम नजरेसमोर उभे राहतात. समजा, कितीही लोकसंख्या वाढली तरी त्या सर्वांना आपण काम देऊ शकलो तरी पुन्हा एक समस्या उरतेच. जादा लोकांना लागणारी जादा नैसर्गिक साधनसंपत्ती आपण कुठून आणणार? लोकसंख्या वाढली म्हणून काही पृथ्वीचे क्षेत्रफळ व घनफळ वाढणार नाही. लोकसंख्या कितीही फुगली, तरी पृथ्वी काही त्या प्रमाणात विशाल होणार नाही. विज्ञानाची प्रगती कितीही करा, पण त्यामुळे नैसर्गिक साधनसंपत्ती घटण्याचे थांबणार नाही. निसर्ग आपल्या गरजा किती काळ भागवीत राहील? त्यालाही काही अंतिम मर्यादा आहेत.

भारतात आपल्या सर्वांना अन्न समस्या जाणवते. पाऊस पडला की आपण सुटकेचा नि:श्वास टाकतो. आधुनिक तंत्राचा वापर करून पीक वाढवायचा आपला प्रयत्न असतो. इतकेही करून कमी पडत असेल तर धान्य आयात करतो. शेतीविषयक तंत्रज्ञानात आपण सतत प्रगती करीत राहिलो तरी लोकसंख्येतसुद्धा प्रगती होते आहे हे कटू सत्य आहे. अन्नधान्य कितीही वाढवा, ते खाऊन संपविणारी तोंडे वाढतच आहेत. लोकसंख्येचा प्रश्न हा चोरपावलाने येत असल्याने तो सध्या जाणवत नाही हा तर आणखीनच एक मोठा धोका आहे. वाढलेल्या लोकसंख्येचे भविष्यकाळातील परिणाम आपण बघावयास जातो. पण ही समस्या आजमितीसही आपणाबरोबर आहे किंवा खुद्द आपण स्वत: या समस्येचा एक जिवंत पुरावा आहोत, हे कोणाच्या लक्षातच येत नाही.

विज्ञानाने कुटुंबनियोजनासाठी औषधे व साधने शोधून काढली तरी त्यांचा वापर करण्यासाठी शेवटी लोकांचे मन वळवावेच लागते. हे मन वळविण्यासाठी, समाजशिक्षणासाठी परत विज्ञानच मदतीला धावून येते. शेवटी विज्ञान व तंत्रशास्त्रच आपणास वाचविणार आहे.

आणखी एक समस्या अशीच चोरपावलांनी आपल्यापुढे आली आहे. मध्यपूर्वेतील अरब देशांनी वेळोवेळी तेलाच्या नाड्या आखडून जणू काही साऱ्या उर्वरित जगाला ओलीस धरले आहे. दूरच्या भविष्यकाळात नजर टाकली तर आणखीनच निराशा होते. कारण जगातील तेलाचा एकूण साठा हा केव्हा ना केव्हातरी संपुष्टात येणारच आहे. हा साठा काही शतके पुरण्याची शक्यता आता उरली नसून, काही दशकेच पुरेल. विल्सन क्लार्क हा त्याच्या 'एनर्जी फॉर सर्व्हायव्हल' या पुस्तकात इशारा देतो की येत्या दहा वर्षांत पाश्चिमात्य राष्ट्रांना तेलटंचाईचा जबर फटका बसणार आहे. खुद्द अमेरिकेचाच तेलाचा साठा दहा

वर्षांत संपू शकेल. समुद्रतळाखाली कितीही नवीन तेल विहिरी सापडोत, पण कधी ना कधीतरी निसर्गातील तेल संपत्तीचा खजिना हा रिता होणारच आहे. एवढ्यासाठी आतापासून ऊर्जेचे नवीन पर्याय शोधणे भाग आहे. पुन्हा ही समस्या सोडविण्यासाठी विज्ञानच मदतीला येणार आहे. यासाठी 'जादूचा दिवा' पुन्हा एकदा घासला पाहिजे.

पवनचक्क्या, कोळसा, अणुशक्ती हे नवीन मार्ग काही शंभर टक्के हुकमी नव्हेत. परत कोळसा व अणुखजिने कधीतरी संपणार आहेतच. पण पूर्णांशाने उत्तर सापडेल ते सूर्यशक्तीचा मागोवा घेत गेल्यास. फक्त सूर्यशक्ती वेठीला कशी धरावी हा तंत्रशास्त्रापुढे प्रश्न आहे. हा प्रश्न सोडविला तर कित्येक अब्ज वर्षे पुरेल एवढा शक्तीसाठा सूर्य विझेपर्यंत आपणास लाभू शकेल. पण कोणीतरी सूर्यशक्ती वेठीला धरण्याचा मार्ग शोधून काढला पाहिजे. जेव्हा कोणी ही कोंडी फोडेल तेव्हा मानवी संस्कृती एक भरारी मारून पुढे जाईल. तोपर्यंत उपलब्ध शक्तिसाठे काटकसरीने वापरले पाहिजेत. भारतातील ऊर्जासमस्या ही अमेरिकेतील समस्येएवढी उग्र नाही. पण उग्र होत जाणार हे नक्की. यावर अमेरिका शोधीत असलेले तंत्रविज्ञान जसेच्या तसे आयात करून उपयोगाचे नाही. आपल्या येथील गरजा व परिस्थिती पाहून त्यात सुधारणा करून ते तंत्रज्ञान वापरले पाहिजे किंवा आपल्या गरजांनुसार आपणच हवे ते तंत्रज्ञान विकसित केले पाहिजे.

येथे भारतातील शास्त्रज्ञ व तंत्रज्ञ (टेक्नॉलॉजिस्ट) यांची भूमिका महत्त्वाची ठरते. त्यांच्यात तेवढी कुवत निश्चितच आहे. परंतु दुर्दैवाने आपल्याला प्रशासक व राजकारणी लोक यांच्यापेक्षा कमी लेखण्यात येते - अशी भावना शास्त्रज्ञांत निर्माण झाली आहे. त्यात नाही म्हटले तरी तथ्य आहे. इंडियन नॅशनल सायन्स ॲकॅडमीने मत व्यक्त केले आहे की परदेशात प्राध्यापकांना व विशेष प्राविण्य असणाऱ्या व्यक्तींना जेवढा मान आहे तेवढा मान आपल्या समाजात दिला जात नाही. प्राचीन भारतात मात्र तो दिला जात होता. निसर्गनिर्मित, मनुष्यनिर्मित व तंत्रशास्त्रनिर्मित अशा सर्व समस्यांवर उत्तर शोधण्याचे सामर्थ्य आपल्या वैज्ञानिकांत आहे. पण भविष्यकाळातील प्रगतीसाठी आपली बुद्धी वापरणाऱ्यांचा सल्ला घेणे हेही सद्य:स्थितीत अनिवार्य झालेले आहे. देशासमोरील व एकूण मानव जातीसमोरील प्रश्न सोडविण्यासाठी विज्ञानाचा जादूचा दिवा घासणे ही आता एक नितांत गरज झाली आहे.

• • •

६.

विज्ञानयुगात भारत

विज्ञानाची घोडदौड आणि तिचा समाजावर होणारा वाढता परिणाम ही विज्ञानयुगाची लक्षणे मानली जातात. त्या लक्षणांनुसार हे युग दुसऱ्या महायुद्धानंतर सुरू झाले असे मानायला हरकत नाही. भारताला स्वातंत्र्यही दुसऱ्या महायुद्धानंतर लवकरच मिळाले. म्हणून भारताने स्वातंत्र्याचा अनुभव घ्यायला सुरुवात केली तेव्हाच विज्ञानयुगाच्या नवनवीन पैलूंचाही तो अनुभव घेऊ लागला. आज स्वातंत्र्याचे सातवे दशक ओलांडताना विज्ञानयुगात भारताची वाटचाल कशी झाली, होत आहे व पुढे होणार आहे याचा आढावा घेणे उचित ठरेल.

आजच्या परिस्थितीकडे वळण्यापूर्वी इतिहासाची थोडी दखल घेणे आवश्यक आहे. कारण १९४७ मध्ये सत्तांतर झाले तरी समाज जादूची कांडी फिरवल्याप्रमाणे लगेच बदलला नाही; त्याच्या परंपरा पूर्वीप्रमाणेच चालू राहिल्या.

इतिहासाची पार्श्वभूमी

विज्ञानयुगाची चाहूल लागली सतराव्या शतकात, युरोपात गॅलिलिओ आणि न्यूटन यांच्या काळात. प्रख्यात शास्त्रज्ञ व नोबेल पारितोषिकाचे मानकरी अब्दुस सलाम यांनी ह्या संदर्भात दिलेले एक उदाहरण बरेच काही सांगून जाते, ते असे : सतराव्या शतकात जवळजवळ एकाच कालखंडात शहाजहानच्या कारकिर्दीत ताजमहाल आणि लंडनमध्ये सेंट पॉल कॅथीड्रलची निर्मिती झाली. वास्तुकलेचे हे दोन उत्कृष्ट नमुने भारत आणि युरोप यांनी या क्षेत्रात गाठलेल्या उच्च पातळीची जाणीव करून देतात. परंतु

अब्दुस सलाम

नंतर युरोपमध्ये न्यूटन झाला तसा भारतात एकही शास्त्रज्ञ जन्माला का आला नाही? यूरोपमधील छोट्यामोठ्या संस्थानिकांनी वैज्ञानिकांना आश्रय दिला. परंतु साहित्य, संगीत, कला यांना आश्रय देणाऱ्या आपल्या राजेमहाराजांनी, बादशहा-पातशहांनी विज्ञानाबद्दल यत्किंचितही आस्था दाखवली नाही. असे का व्हावे हा एक संशोधनाचा विषय आहे; पण वस्तुस्थिती तशी होती.

पुढे युरोपमध्ये औद्योगिक क्रांती झाली आणि तो भाग विज्ञानयुगाच्या उंबरठ्यावर जाऊन पोचला. विज्ञानाकडून मिळणाऱ्या तंत्रज्ञानाचा उपयोग साम्राज्यवाद पसरवण्याकरता केला गेला; पण आपले राज्यकर्ते झोपूनच होते. विज्ञानाला आश्रय देण्याचे महत्त्व त्यांनी जाणले नाही.

आजही आपण पूर्वीच्या, म्हणजे वेदकालापासून ते भास्कराचार्यांपर्यंतच्या आपल्या वैज्ञानिक परंपरेची - वारशाचे गोडवे गातो. परंतु वस्तुस्थिती अशी आहे की आज भारतात जे काही विज्ञान आणि तंत्रज्ञान दिसत आहे त्याचा पाया ब्रिटिशांनीच त्यांच्या साम्राज्याच्या ऐन उमेदीत इथे घातला.

स्वातंत्र्याचे पहिले दशक

नोबेल पारितोषिक विजेते डॉ. सी.व्ही. रामन यांचे सर्व महत्त्वाचे संशोधन ब्रिटिश आमदनीत झाले. जागतिक कीर्ती मिळवणाऱ्या ह्या शास्त्रज्ञाला आयुष्यात अनेकदा पारतंत्र्याचे चटके बसले. डॉ. जगदीशचंद्र बोस, सत्येंद्रनाथ बोस, मेघनाद साहा वगैरे शास्त्रज्ञदेखील त्यांचे संशोधन पारतंत्र्याच्या दडपणाखालीच करत होते.

स्वतंत्र भारताला विज्ञानाची दिशा दाखवणे अत्यंत आवश्यक आहे याची

डॉ. सी.व्ही. रामन	डॉ. जगदीशचंद्र बोस	सत्येंद्रनाथ बोस	मेघनाद साहा

होमी भाभा

शांतीस्वरूप भटनागर

दौलत सिंग कोठारी

जाणीव पहिले पंतप्रधान जवाहरलाल नेहरू यांना होती हे देशाचे सुदैव म्हटले पाहिजे. तसे नसते तर काय झाले असते याचे प्रात्यक्षिक आपल्याला पाकिस्तान, बांगलादेश आणि श्रीलंका ह्या समवयस्क शेजाऱ्यांत दिसते. होमी भाभा, शांतिस्वरूप भटनागर व दौलतसिंग कोठारी यांसारखे शास्त्रज्ञ त्यावेळी पंतप्रधानांना वैज्ञानिक मार्गदर्शन करायला उपलब्ध होते. अणुऊर्जा प्रकल्प आणि संशोधन, वैज्ञानिक आणि औद्योगिक प्रयोगशाळांची संघटना आणि विद्यापीठांची वाढ... ह्यांबद्दल महत्त्वाची पावले ह्या पहिल्या दशकात टाकण्यात आली.

विज्ञानयुगाला सामोरे जाण्यासाठी जाणीवपूर्वक टाकलेली ती पावले होती. दुसऱ्या महायुद्धात अणुशक्तीचे महत्त्व कळून चुकले होते. वाढत्या औद्योगीकरणासाठी आणि जीवनमान उंचावण्यासाठी मानवाला ऊर्जेची अधिकाधिक गरज भासत जाणार, त्यासाठी ऊर्जा निर्मितीची नवनवी साधने शोधावी लागणार. म्हणून शांततामय कार्यासाठी अणुशक्तीचा उपयोग कसा करता येईल यासाठी प्रयत्न आवश्यक होते. हा अणुऊर्जा कार्यक्रमामागचा हेतू. औद्योगीकरण म्हणजे नुसती कारखानदारी नव्हे. विज्ञानाकडून दिवसानुदिवस उपलब्ध होणाऱ्या नव्या कल्पनांचे मानवजीवन विकासासाठी मोठ्या प्रमाणावर रूपांतर करणे हा औद्योगीकरणाचा मूळ हेतू. त्याचप्रमाणे मानवापुढील काही न सुटलेल्या समस्यांवर औद्योगिक तोडगा शोधून काढायला वैज्ञानिक संशोधनाची नवी दालने उघडावी लागतात. त्यासाठी सी.एस.आय.आर. (Council of Scientific and Industrial Research) च्या प्रयोगशाळांची योजना होती.

कुठलेही लहानमोठे प्रकल्प राबवायला अखेर मनुष्यबळ लागते. प्रशिक्षित असे मनुष्यबळ तयार करायला शिक्षणाचा सर्वांगीण विकास व्हावा लागतो. त्या उद्देशाने विद्यापीठांना भरपूर अनुदाने देऊन त्यांची संख्या वाढवून, त्याचप्रमाणे

आय.आय.टी. (Indian Institute of Technology) सारख्या नव्या शिक्षणसंस्था निर्माण करून हा प्रश्न सोडवायचा घाट घातला गेला.

सिंहावलोकन

चार दशकांनंतर आज आपण मागे वळून पाहू या की ही उद्दिष्टे कितपत साध्य झाली.

होमी भाभांच्या मार्गदर्शनाखाली अणुऊर्जा मंडळ स्थापन झाले आमि अणुशक्ती कार्यक्रमाचा वेगाने विकास होत गेला. अणुशक्तीवरील संशोधन गुप्त स्वरूपाचे असते. एका राष्ट्राकडून दुसऱ्या राष्ट्राला ते सगळेच्या सगळे पुरवले जात नाही. अणूभट्ट्यांचे तंत्रज्ञान, इंधन, इत्यादींमध्ये राष्ट्राने स्वावलंबी असणे हिताचे ठरते. म्हणून तंत्रज्ञानाबरोबर मूलभूत संशोधन आणि विकासाला वाहिलेले संशोधनदेखील जोपासावे लागते. ह्या दृष्टीने आरंभीच पावले उचलली गेली म्हणून भारत ह्या क्षेत्रात जागतिक पातळीवर लक्षणीय प्रगती करू शकला.

तरी पण ह्या क्षेत्रात आलबेल आहे असे नाही. अणूभट्ट्या बंद पडल्याचे रिपोर्ट वेळोवेळी येतात. इंधन-पुरवठ्याचे प्रश्न उपस्थित होतात. काही शास्त्रज्ञांच्या आत्महत्येच्या खळबळजनक बातम्या येऊन गेल्या आहेत. शिवाय अणूभट्ट्यांपासनू होणाऱ्या किरणोत्सर्गाच्या धोक्याबद्दल पुरेशी खबरदारी घेतली जाते की नाही ह्याबद्दल जनमानसात शंका आहे. चिंतेच्या बाबी खऱ्या असतील किंवा अतिरंजितही असतील परंतु त्यामागचे एक कारण, एकंदर प्रकल्पच गोपनीय असल्याने त्याबद्दल प्रकटरीत्या विचारता येत नाही, हे आहे.

पण अणुऊर्जा मंडळाच्या धर्तीवर इतर मंडळे स्थापन करण्यात आली आहेत. उदाहरणार्थ, अंतराळ, इलेक्ट्रॉनिक्स आणि तेल व नैसर्गिक वायू यांवरील मंडळे. अंतराळक्षेत्रातदेखील भारताची एकंदर कामगिरी उल्लेखनीय आहे. अपयशे पदरी पडलेली वृत्तपत्रांतून झळकतात पण तशी अपयशे रशिया, अमेरिका आणि यूरोप यांसारख्या प्रगत राष्ट्रांच्या पदरी पण पडतात. उपग्रहांतून दूरशिक्षण, पृथ्वीच्या भागांचे सूक्ष्म अवलोकन, दळणवळण इत्यादींत अंतराळ मंडळाची प्रगती समाधानकारक आहे. स्वत:चा उपग्रह स्वत:च्या रॉकेटने अंतराळात सोडण्याचे उद्दिष्ट जेव्हा गाठले गेले आणि तेव्हा आपण ह्या क्षेत्रात खरेखुरे स्वावलंबी झालो.

१९७३ नंतर तेलाच्या किमती वाढल्या तेव्हा तेलाच्या साठ्यांबद्दल स्वावलंबी बनावयाच्या उद्दिष्टांकडेदेखील भारताची वाटचाल समाधानकारक आहे 'बॉम्बे हाय' सारखे सागरी साठे शोधण्यात आणि त्यांचा उपयोग करण्यात भारताने स्वत:च्या हिमतीवर यश मिळवले आहे.

भारतीय वंशाचे संशोधक भास्कराचार्य

भास्कर द्वितीय याने खगोलशास्त्र आणि गणितावर ग्रंथरचना केली. 'सिद्धान्त शिरोमणी' या ग्रंथातील 'गोलाध्याय' खगोलरचनेतील गणिते समजावून सांगतो. भास्कराची एकुलती एक कन्या 'लीलावती' ही एक हुशार मुलगी असावी असे एक प्रचलित मत आहे. तिला उद्देशून 'लीलावती' नावाच्या ग्रंथात गणिते दिली आहेत, ती सोडवायला अंकगणित, बीजगणित आणि भूमिती हे गणिताचे भाग वापरावे लागतात. हे प्रश्न मनोरंजक आहेत, खालील प्रश्न सोडविता येतो का पाहा:

''एका खांबाच्या तळाशी सापाचे बीळ होते व त्या खांबाच्या वरच्या टोकावर एक पाळलेला मोर होता. खांब नऊ हात उंच होता व त्याच्या तिप्पट म्हणजे बिळापासूनच २७ हात इतक्या अंतरावरून एक साप बिळाकडे जाताना मोराने पाहिला. तेव्हा त्याने सर्पाच्याच गतीने तिरप्या दिशेत झडप घालून त्याला बिळापासून काही अंतरावर पकडले. तर (हे लीलावती!) हे अंतर किती ते सांग?''

इलेक्ट्रॉनिक्स बाबत मात्र भारत बराच मागे पडला आहे हे मान्य करावे लागेल. याचे कारण म्हणजे या क्षेत्रात आरंभीच्या काळात, म्हणजे सुमारे दोन दशकांपूर्वी योग्य मार्गदर्शन मिळू शकले नाहीं. आयात विरुद्ध स्वदेशी ह्या प्रश्नावर निश्चित धोरण नव्हते. नवीन कल्पनांना नोकरशाहीने दडपून टाकल्याची शेकडो उदाहरणे सापडतील. त्यामुळे उत्साही व कल्पक उद्योजक आपले कसब दाखवू शकले नाहीत.

वास्तविक एकंदर विज्ञान आणि तंत्रज्ञानातील भारताच्या प्रगतीचा आढावा घेतला तर त्यात जमेच्या आणि तोट्याच्या बाजू सापडतील. तोट्याच्या बाजूने विश्लेषण केले तर एक महत्त्वाचे कारण सापडेल : विज्ञान आणि तंत्रज्ञानाच्या क्षेत्रात घुसलेली नोकरशाही. भारतीय समाजाला जातिभेदाचा उपसर्ग होतो त्याचप्रमाणे या क्षेत्रात नोकरशाहीचा.

ॲटोमिक एनर्जी, सी.एस.आय.आर., डी.एस.टी. (Department of Science and Technology) इत्यादि यंत्रणांच्या सरकारी किंवा सरकारने पोसलेल्या स्वायत्त प्रयोगशाळांतील कर्मचाऱ्यांच्या वेतनश्रेण्यांचे प्रकार पाहावेत. जाती आणि पोटजातींना मागे सारेल असा त्यांचा गुंता आहे. प्रशासकीय सेवेत अनुभव महत्त्वाचा मानला जातो आणि वयोमानाप्राणे अनुभवात वाढ होते. त्या धर्तीवर अशा सेवेत वयोमानानुसार वेतनश्रेणी आणि त्याबरोबरचे अधिकार चढत जातात. मात्र विज्ञानात तसे नसते. एका ठरावीक मर्यादेपर्यंत वयोमानानुसार वाढणारा अनुभव उपयोगी पडतो. पण त्याहून जास्त महत्त्वाची संशोधनक्षमता ही वयाप्रमाणे वाढत जात नाही. साधारण चाळिशी ओलांडल्यावर ती कमी होऊ लागते. नोकरशाही पद्धतीमुळे ज्या शास्त्रज्ञांकडून प्रभावी कामगिरीची अपेक्षा असते त्यांना महत्त्वाचे निर्णय घ्यायचे अधिकार नसतात. ते अधिकार ज्यांच्याकडे असतात ते अनेकदा हेव्यादाव्यांमुळे किंवा निव्वळ निष्काळजीपणाने उचित वेळी उचित निर्णय घेत नाहीत. त्यामुळे सुपीक डोक्यांतून निघालेल्या कल्पना 'दरिद्राणां मनोरथा:' प्रमाणे कार्यवाहीत येत नाहीत. अर्थात असे अपवादात्मक प्रसंग आहेत जिथे अधिकारावरील व्यक्तीने द्रष्टेपण दाखवून हाताखालच्या शास्त्रज्ञांकडून आलेल्या कल्पना उचलून धरल्या.

विद्यापीठांची परिस्थिती तर याहून दयनीय आहे. त्यांना अनुदाने, वेतनश्रेण्या भरपूर मिळूनही विज्ञान आणि तंत्रज्ञान ह्या क्षेत्रांत त्यांचा हातभार कमी होत चालला आहे. याची कारणे अनेक देता येतील. त्यांतील काही अशी आहेत :

विद्यापीठ हे विद्येचे पीठ असायला पाहिजे. ज्ञानार्जन आणि ज्ञानदान ह्या दोन कार्यांनाच ते वाहिलेले असावे. भारतीय पौराणिक परंपरेत ही दोन कार्ये ऋषिमुनींच्या आश्रमांत, गावापासून दूर जंगलात चालत. याचे कारण त्या कार्यांसाठी आवश्यक मन:शांती तेथे असे. साधेपणाच्या राहणीवर जोर दिला जाई. पीठाधीश बाहेरची ढवळाढवळ खपवून घेत नसत. ते राजाकडे धाव घेत केवळ एकाच कारणासाठी. जर तो राजा राक्षसादींच्या उपसर्गांपासून आश्रमाचे रक्षण करण्याच्या कर्तव्यात चुकला असेल तर. एरवी दिलीपसारखा मोठा राजा स्वत:ला काही हवे म्हणून वसिष्ठासारख्या ऋषिंकडे याचक म्हणून जाई. आज त्या परंपरेचे काय झाले?

स्वत:ची स्वायत्तता राखणे भारतीय विद्यापीठांना शक्य झालेले नाही. स्वायत्ततेबरोबर जबाबदारी येते - आपली गुणवत्ता टिकवण्याची, वाढवण्याची. ती जबाबदारी विद्यापीठांना पेलली नाही. त्यामुळे राजकीय अनुदान स्वीकारताना राजकीय हस्तक्षेप ही विद्यापीठे टाळू शकली नाहीत. राजकीय अनुदान स्वीकारले की राजकीय हस्तक्षेप टाळता येत नाही हा समज चुकीचा आहे. पाश्चात्य विद्यापीठे अशी अनुदाने स्वीकारून आपली गुणवत्ता टिकवू शकतात.

माझेच विद्यापीठ - बनारस हिंदू युनिव्हर्सिटी (बी.एच.यू.) - कसे घसरत गेले त्यावरून सर्व काही स्पष्ट होते. मदन मोहन मालवीयांनी देशाच्या कानाकोपऱ्यातून प्राध्यापकमंडळी, त्यांचे गुण पारखून निवडून आणली. स्वातंत्र्यपूर्व काळात खासगी अनुदानांवर, देणग्यांवर चाललेल्या या विद्यापीठाला राष्ट्रीय स्वरूप प्राप्त झाले होते. स्वातंत्र्योत्तर काळात अनुदानाची बरसात सुरू झाली दिल्लीतून. बी.एच.यू. ला 'केंद्रीय विद्यापीठ' म्हणून मान्यता मिळाली आणि त्याच सुमाराला त्याचे राष्ट्रीय स्वरूप ढासळायला सुरुवात झाली. गुणवत्ता असलेल्या व्यक्तीपेक्षा स्थानीय व्यक्तीचा भाव चढत गेला. राजकारणी आणि स्वत:चे हात धुवून घेणारे या गंगाजळीमागे लागले. वसिष्ठ विश्वामित्रांची जागा अजीगर्तासारख्यांनी घेतली.

आज विद्यापीठे विद्यार्थ्यांच्या राजकारणासाठी कुप्रसिद्ध झाली आहेत. त्यासाठी विद्यार्थ्यांवर दोष टाकून मोकळे होता येत नाही. त्यांचा उपयोग राजकारणी लोक - शिक्षकांतले व बाहेरच्या समाजातले - करीत आहेत. याचे कारण आपण आपली पूर्वीची परंपरा सोडून दिली.

ह्याच कारणामुळे देशाला उत्कृष्ट दर्जाचे प्रशिक्षित मनुष्यबळ पुरवण्याच्या कामात विद्यापीठे बहुतांशी अयशस्वी ठरली आहेत. आयआयटी व इतर विद्यापीठ क्षेत्राबाहेरच्या संस्थाच आज हे काम बजावताना दिसतात. पण अर्थातच त्यांनी लावलेला हातभार अपुरा पडतो.

भारतीय संशोधक आर्यभट

पाचव्या शतकातील आर्यभटापासून बाराव्या शतकातील द्वितीय भास्कराचार्यंपर्यंत भारतात गणित आणि खगोलविज्ञानाचे सुवर्णयुग होते. आपल्या 'आर्यभटीय' ग्रंथात आर्यभटाने खगोल विज्ञानाची निरीक्षणं व गणितं ह्या बैठकीतून मांडणी केली होती. त्यातला एक श्लोक पाहा :

अनुलोमगतिर्नौस्थः पश्यत्यचलं विलोमगंयदवत्
अचलनि भानि तद्वत् समपश्चिमगानि लंकायाम् ।।

अर्थः नावेतून जाणाऱ्याला जमिनीवरच्या स्थिर गोष्टी उलट दिशेने जाताना दिसतात, त्याचप्रमाणे स्थिर तारका पश्चिमेकडे जाताना दिसतात (पृथ्वीवरून पाहणाऱ्याला).

म्हणजे, पृथ्वी स्थिर नसून आसाभोवती पश्चिम ते पूर्व फिरत असल्याने तिच्या पृष्ठभागावरून पाहता, तारे पूर्व ते पश्चिम जाताना दिसतात. ही कल्पना 'स्थिर पृथ्वी आणि फिरते तारामंडळ' या त्या वेळच्या दृढमूल धारणेविरुद्ध होती. आर्यभटाची त्यामुळे कुचंबणा झाली व अखेर आपल्या मूळ जागेतून (सध्याच्या बिहार राज्यातून) पळून जाऊन तो गुजरातेत व तेथून केरळात स्थायिक झाला असा एक मतप्रवाह आहे. वरील श्लोकांचे वेगळे अर्थ लावायचे (म्हणजे तो प्रचलित धारणेविरुद्ध नाही हे दाखवायला) प्रयत्न झाले तर काही नंतरच्या पंडितांनी हा श्लोक आर्यभटाने केलाच नाही असे विधान केले! आज मात्र त्याला बिनचूक विधानाचे श्रेय दिले जाते.

भविष्यकाळाकडे मार्गदर्शन

एकंदरीत पाहता विकसनशील देशांच्या पार्श्वभूमीवर भारतात विज्ञान आणि तंत्रज्ञान यांच्या विकासाचे प्रयत्न उठून दिसत असले तरी जपानसारख्या राखेतून तंत्रसाम्राज्य उभे करणाऱ्या देशाच्या तुलनेत ते निष्प्रभ दिसतात. हाती घेतलेला कार्यक्रम नेटाने, जिद्दीने यशस्वी करणे ह्याबाबत जपानने भारतच काय पण यूरोप-अमेरिकेसारख्या विकसितांनाही मागे टाकले आहे.

भारतीय कार्यपद्धतीत ती जिद्द आणण्यासाठी पंतप्रधान राजीव गांधींनी 'मिशन'ची कल्पना साकार केली. काही मोजके प्रश्नच नेटाने सोडवायला घ्यायचे आणि त्यासाठी नोकरशाहीच्या मुस्कटदाबी करणाऱ्या चाकोरीबद्ध कारभाराच्या बाहेर जाऊन कार्यप्रणाली उभारायची हा त्यामागचा हेतू. तेलबीजांचे उत्पादन, पिण्याच्या पाण्याचा सार्वत्रिक पुरवठा, रोगप्रतिबंधक लशींचा सर्वांना फायदा करून देणे अशा काही 'मिशन'रूप समस्या त्यांनी हाती घेतल्या.

मिशन कार्यवाहीत आणायला त्याचे मार्गदर्शन करणारा त्या विषयाचा तज्ज्ञ मिशन-प्रमुख होता. त्याला ते मिशन पूर्ण करायला ज्या ज्या शासकीय यंत्रणांची आणि विविध तज्ज्ञांची मदत लगेच मिळणे अपेक्षित आहे. शासनाच्या एका विभागाने हाती घेतलेले कार्य दुसऱ्या विभागाकडून मदतीची अपेक्षा करू शकत नाही अशी वस्तुस्थिती असताना ही मिशनची कल्पना अस्तित्वात आणायला किती अवघड आहे ते जाणून पंतप्रधानांनी स्वतःच्या अखत्यारीत हे कार्यक्रम ठेवले. मिशन कसे चालले आहे ह्यावर पंतप्रधानांच्या कार्यालयाचे लक्ष असे.

मिशनची कल्पना १९८५ अखेरीस साकार झाली. त्यानंतर लवकरच म्हणजे १९८६ च्या फेब्रुवारीत पंतप्रधानांनी एक वैज्ञानिक सल्लागार मंडळ नेमले. त्यापूर्वी मंत्रिमंडळाचे एक वैज्ञानिक सल्लागारमंडळ होते ते बरखास्त करण्यात आले. यापूर्वीच्या मंडळात काही तज्ज्ञ वैज्ञानिक होते पण नोकरशहांचाही त्यात भरणा होता. वैज्ञानिकाच्या डोक्यातून निघालेल्या अनेक सुपीक कल्पना नोकरशाही लालफितीत अडकून पडायच्या. सुमारे दोन डझन सभासदांचे हे किंचित बोजड असे मंडळ काढून त्याऐवजी सात लोकांचे नवीन सल्लागारमंडळ पंतप्रधानांनी स्वतःसाठी नेमले. यात नऊ सभासद आणि एक सचिव होते. संशोधनात गुंतलेले वैज्ञानिक आणि खासगी क्षेत्रात तंत्रज्ञान राबवण्याचा अनुभव असलेले वैज्ञानिक-शिक्षण-संशोधनातून गेलेले व्यवस्थापक असे हे नवीन मंडळाचे स्वरूप होते. साधारण महिन्यातून एकदा हे मंडळ भेटे, विविध प्रश्नांवर खुल्या दिलाने चर्चा होई, पंतप्रधानांनी विचारणा केलेल्या प्रकल्पांवर, समस्यांवर मतप्रदर्शन करते

आणि त्यांना काही महत्त्वाच्या बाबतींत शिफारशी करते. मिशन कसे चालवावे, चालू मिशनमध्ये काय सुधारणा पाहिजेत, कुठले नवे प्रकल्प हाती घ्यावेत ह्यांवर मंडळाची पंतप्रधानांशी वेळोवेळी चर्चा करत. दुर्दैवाने ही यंत्रणा राजीव गांधींच्या पश्चात टिकली नाही.

समारोप

विज्ञानयुगात काही निवडक लोकांनाच राहायचे नाही, सर्वसामान्य जनतेला ह्या बदलत्या काळाची चाहूल लागली पाहिजे. तशी वस्तुस्थिती आज नाही हे खेदाने कबूल करावे लागते. शेवटी, विज्ञान आणि तंत्रज्ञान बळजबरीने घशात कोंबण्याच्या वस्तू नव्हेत. ती पथ्ये आहेत, जी पाळण्यात आपले हित आहे हे समाजाला पटले पाहिजे आणि ज्याचा वापर टाळून चालणार नाही.

कुठलेही पथ्य डोळसपणे पाळायचे असते. अतिरेक चालत नाही. विकसित देशांनादेखील विज्ञान आणि तंत्रज्ञानाची पथ्ये नीट पाळता आली नाहीत. यांत्रिकीकरणामुळे समाजावर होणारे दुष्परिणाम, अनियंत्रित औद्योगिकीकरणामुळे होणारे प्रदुषण, अतिविकसित अस्त्रांमुळे वाढलेली नाशाची भीती... इत्यादींपासून मानवाने अजून योग्य तो धडा घेतला नाही. अतिविकसितपणाचा हा धोका भारताने टाळणे आवश्यक आहे.

थोडक्यात म्हणजे विज्ञानाकडे डोळेझाक करून चालणार नाही त्याच प्रमाणे विज्ञानाच्या सामर्थ्याने आपले डोळे दिपवून घेणेही धोक्याचे ठरेल.

● ● ●

शून्याचा शोध

भारतात शून्याचा आणि दशांश पद्धतीचा शोध लागला, पण तो नक्की केव्हा लागला आणि कोणी लावला हे अजून सांगता येत नाही. 'शून्य' ही कल्पना वाटते तितकी सरळ सोपी नाही. एक तर इतर अंकांना 'मूर्त' स्वरूपात अनुभवू शकतो. उदाहरणार्थ- पाच आंबे, तीन गाड्या, दोन घरे इत्यादी. पण शून्य असे 'दिसत' नाही. त्यातून बेरीज आणि गुणाकारात शून्य विचित्र (म्हणजे इतर अंकांपेक्षा वेगळे) वागते हे आपण जाणतो तसेच शून्याने भागाकार संभवत नाही हेही कळायला अवघड आहे.

रोमन लोकांची संख्या लिहिण्याची पद्धत बोजड होती. त्या पद्धतीने अंकगणित तर आणखी क्लिष्ट होते. एकम्, दशम्, शतम् वगैरे जागेचे मूल्य ठरवून संख्या मांडणे कितीतरी सुटसुटीत ठरते.

उदाहरणार्थ,

५१७६ = ५ x १०३+१ x १०२+७ x १०+६

ह्या पद्धतीने अंकगणितही सोपे होते. ही पद्धत भारतातून अरबमार्गे युरोपात रुजू झाली.

'अनंत' (Infinity) ही कल्पना शून्याइतकीच विलक्षण! तीसुद्धा आपल्या पुराणग्रंथात सापडते. त्याचप्रमाणे 'वैदिक गणित' म्हणून सध्या गाजत असलेला गणिताचा प्रकार म्हणजे वैदिक वाङ्मयात आकडेमोडीचे दिलेले सोपे उपाय. यावरून आपल्या पूर्वजांना अंकांविषयी तसेच गणिताविषयी आत्मीयता वाटत होती असे दिसते.

७.

खगोल विज्ञान का शिकावे?

कोणी म्हणतात, ''उपयोजित विज्ञान (ॲप्लाइड सायन्स) म्हणून खगोलशास्त्राचे महत्त्व जवळजवळ शून्य आहे.'' तर कोणी असेही विचारतात की, दूरवर पसरलेल्या आकाशगंगा, ग्रहतारे यांच्या निरीक्षणांचा पृथ्वीवरील मानवाला कोणता फायदा होतो? खगोलविज्ञानाचा अभ्यासक या नात्याने मला पुष्कळदा या प्रश्नाला तोंड द्यावे लागते. ''खगोलशास्त्राचे उद्दिष्ट म्हणजे आकाशातल्या तारका, दूरवर पसरलेल्या आकाशगंगा, क्वेसार, पल्सारसारखे प्रारणस्रोत आदींचे निरीक्षण करून त्यांच्यामागचे वैज्ञानिक रहस्य शोधून काढणे हे असेल, तर अशा माहितीचा पृथ्वीवर राहणाऱ्या मानव समाजाला काय फायदा?'' थोडक्यात, प्रश्नकर्त्याला असे सांगायचे असते, की उपयोजित विज्ञान म्हणून खगोलशास्त्राचे महत्त्व जवळजवळ शून्य आहे; पण वस्तुस्थिती तशी नाही हे आपण आता पाहू.

दुर्बिणीचा वापर

वर्ष १६०९मध्ये गणितज्ञ आणि वैज्ञानिक म्हणून नाणावलेला इटालियन शास्त्रज्ञ गॅलिलिओ गॅलिली याने आकाशदर्शनासाठी तयार केलेल्या दुर्बिणीचा प्रथमच वापर केला. दुर्बिणीचा शोध नुकताच लागला होता आणि

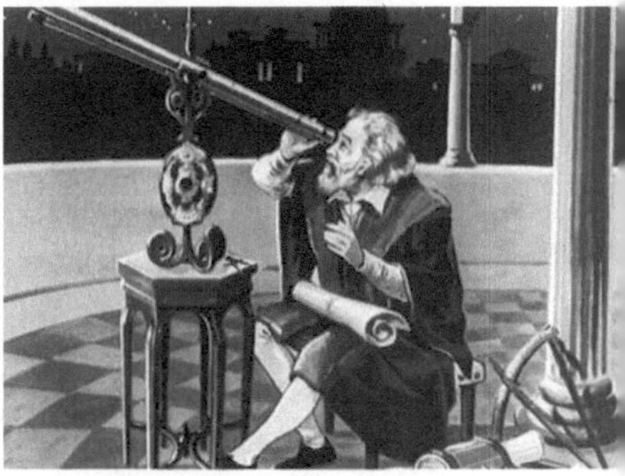
गॅलिलिओची दुर्बीण

तिचा वापर दूरच्या वस्तू जवळ आणून पाहण्यासाठी होत असे. तिच्यात काही बदल करून गॅलिलिओने ती आकाशाकडे वळवली. आणि त्याला या गोष्टीची प्रचिती आली, की निव्वळ डोळ्यांनी दिसते त्यापेक्षा दुर्बिणीतून विश्वाचे दर्शन पुष्कळच स्पष्ट आणि व्यापक दिसते. त्यामुळे खगोलशास्त्राच्या माहिती खात्यात मोठी भर पडत गेली. किंबहुना, १६०९ मध्ये ही एक क्रांतीच घडून आली.

या पार्श्वभूमीवर आपण 'त्या' प्रश्नाची दखल घेऊ या. ''खगोलविज्ञान शिकून आपल्याला फायदा काय?'' या प्रश्नाचे उत्तर आपण ऐतिहासिक काळापासून भविष्यकाळाकडे जात जात शोधू या! पुरातन काळी खगोल निरीक्षणाचा उपयोग वार्षिक कॅलेंडर बनवण्यासाठी होत असे. सूर्याला प्रदक्षिणा घालताना पृथ्वी जो नियमित कालखंड घेते, त्याला आपण 'एक वर्ष' म्हणतो. या वर्षभरात दूरच्या तारकांच्या पार्श्वभूमीवर सूर्याचे स्थान बदलताना दिसते. राशिचक्राचा वापर करून आपण वर्ष किती संपले ते सांगू शकतो. या माहितीचा उपयोग प्रामुख्याने शेतकरी करू लागले. वर्षभरात बदलणाऱ्या ऋतुचक्राचा संबंध आकाशातील नक्षत्रांशी जोडून त्यांना शेतीचे महत्त्वाचे टप्पे ठरवता आले. पेरणी केव्हा, धान्य तयार होणार केव्हा, कापणी केव्हा हे ठरवण्यात तारकांच्या आकाशातल्या स्थितीची माहिती उपयोगी ठरत असे.

समाजाचे सांस्कृतिक, धार्मिक, तसेच कौटुंबिक कार्यक्रम ठरवायला ही नक्षत्रांची दिनदर्शिका उपयोगी पडे. अशा दिनदर्शिका हजारो वर्षांपूर्वीपासून वापरात असत. दगडावर कोरलेल्या अशा काही दिनदर्शिका उत्खननात सापडल्या आहेत.

अथांग समुद्र

जेव्हा मानव जहाजातून दूरचे समुद्री प्रवास आखू लागला, तेव्हा दिशा माहीत असणे गरजेचे झाले. अथांग समुद्रात दिशादर्शक नसल्याने पंचाईत होते. पण रात्रीच्या आकाशाकडे नजर टाकल्यावर दिशा ठरवणे अवघड जात नाही. अर्थात, त्यासाठी नक्षत्रांचा नकाशा माहीत असणे आवश्यक असते. म्हणून खलाशांना निदान थोड्यातरी प्रमाणात 'आकाश वाचन' शिकवले जाई. अजूनही हे ज्ञान जहाजातून प्रवास करणाऱ्यांसाठी आवश्यक समजले जाते.

आता आपण सोळाव्या शतकातल्या प्रख्यात खगोल निरीक्षक टायको ब्राहे याच्याकडे वळू. या डेन्मार्कच्या खगोलविदाकडे अद्ययावत वेधशाळा (अर्थात दुर्बिणीपूर्वीची!) होती. आकाशातल्या तारकांच्या बिनचूक नोंदी त्याने ठेवल्या होत्या. विशेषकरून ग्रहांच्या! पृथ्वी स्थिर आहे, सूर्य तिच्याभोवती फिरतो आणि

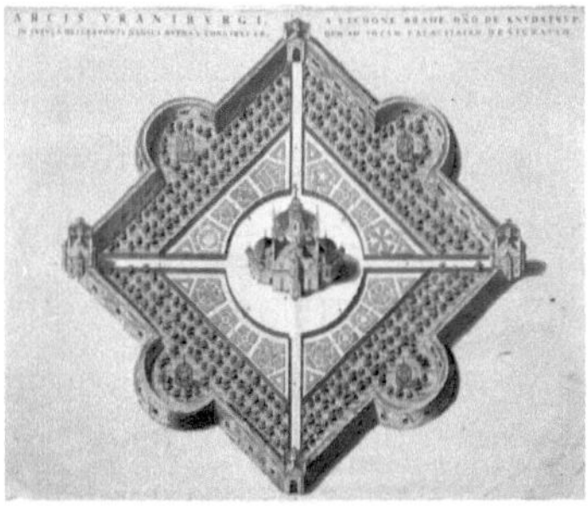

टायको ब्राहे व त्याची वेधशाळा

ग्रह सूर्याभोवती, अशी टायकोची धारणा होती. कोपर्निकसचा सूर्यकेंद्रित सिद्धान्त चुकीचा आहे हे त्याला सिद्ध करायचे होते. म्हणून त्यांच्या नोंदींचे महत्त्व!

कुशल मदतनीस

पण त्यासाठी आवश्यक गणित त्याच्याकडे नव्हते. गणितात कुशल असा एक मदतनीस त्याला हवा होता, आणि तसा त्याला मिळाला... योहान केप्लर. केप्लरलाही ग्रह कसे फिरतात याचे कोडे उलगडायचे होते. गणितात तो कुशल होता.

योहान केप्लर

पण टायको चक्रम होता व उगीच भांडण उकरून काढत असे. एकदा एका मित्राबरोबर टायकोचे भांडण झाले व त्या भांडणाचे पर्यावसान द्वंद्वयुद्धात झाले. त्यात टायकोचे नाक कापले गेले. नंतर तो नकली नाक लावत असे! अर्थात, केप्लरला दिसून आले की टायको हा फार तऱ्हेवाईक गृहस्थ आहे. त्याला बरेच वेळा टायकोकडून अपमानास्पद वागणूक मिळे. पण, केप्लर राजीनामा देऊन गेला नाही; कारण त्याला टायकोच्या नोंदींचे महत्त्व माहीत होते.

टायको अचानक वारला आणि त्याच्या नातलगांनी त्याच्या मालमत्तेचा ताबा घेतला. ते टायकोच्या स्थावर-जंगम मिळकतीवर भांडत असता, केप्लरने टायकोच्या नोंदीचे बाड स्वत:जवळ ठेवले. टायकोच्या उत्तराधिकाऱ्यांना त्याची किंमत नव्हती. त्यांनी तिकडे दुर्लक्ष केले.

अनेक वर्षे केप्लर या नोंदींचा अभ्यास करत होता. आणि हळूहळू त्याला हवे ते उत्तर सापडले. ग्रह सूर्याभोवती फिरतो, ग्रहाची कक्षा दीर्घवर्तुळाकार (अंडाकृती) असते आणि तिच्या नाभिस्थानी सूर्य असतो. ग्रहाची कक्षेतील गती कशी ठरवली जाते आणि एक चक्कर मारायला लागणारा कालखंड त्या कक्षेच्या दीर्घ अक्षाशी कुठल्या सूत्रात जोडलेला आहे, हे त्याने शोधून काढले. टायकोच्या मूळ नोंदी उत्तम असल्याने केप्लरला त्यातून ती माहिती मिळू शकली. ही माहिती केप्लरच्या तीन नियमांत समाविष्ट होते.

सतराव्या शतकात केप्लरचे नियम लोकांना माहीत असले तरी 'ग्रह अशा तऱ्हेने का फिरतात?' हा प्रश्न मात्र अनुत्तरित हेता. तो सोडवला आयझॅक न्यूटनने. न्यूटनने गतीचे नियम मांडले होते. गतीचा संबंध बळाशी कसा जोडतात हे त्याने त्यात प्रतिपादित केले होते. तेव्हा त्याचा प्रश्न असा : 'ग्रहाची गती केप्लरने सांगितल्याप्रमाणे असायला ग्रहावर सूर्य कोणते बळ वापरतो?'

न्यूटनचे प्रयत्न

हा प्रश्न सोडवायला न्यूटनने स्वत:च शोधलेल्या गणिताच्या नव्या शाखेचा वापर केला. त्या शाखेला आज कलनशास्त्र (कॅल्क्युलस) म्हणतात. आणि त्याला उत्तर मिळाले की हे बळ ग्रहाला सूर्याकडे खेचते आणि ते सूर्य-ग्रह अंतराच्या व्यस्त वर्गाप्रमाणे असते. आणि यातून न्यूटनला गुरुत्वाकर्षणाच्या व्यस्तवर्ग (इन्व्हर्स स्क्वेअर लॉ) नियमाचा साक्षात्कार झाला. जर केप्लरचे नियम त्याच्यापुढे नसते, तर न्यूटनला या नियमाचा शोध लागला नसता.

इथून आपण विसाव्या शतकात जाऊ, १९५७ च्या स्पुटनिकपासून 'अंतराळ युग' सुरू झाले असे म्हणतात. याचा अर्थ, मानवाला पृथ्वीभोवती नियोजित कक्षांत फिरणारे कृत्रिम उपग्रह किंवा चंद्र, ग्रह आदीकडे जाणारी याने सोडता येतात. ते कसे शक्य झाले? कारण, न्यूटनच्या गुरुत्वाकर्षणाचा नियम आपल्याला माहीत आहे. त्याचा वापर करून आपण उपग्रहांच्या, यानांच्या कक्षा ठरवू शकतो.

प्रोजेक्ट स्पेसवॉचमध्ये भाग घेणाऱ्या ॲरिझोनामधील या दुर्बिणी

अंतराळ तंत्रज्ञानाचे अनेक फायदे आपण आज अनुभवतोय, ऑलिंपिक गेम्स, टेनिस-चॅम्पियनशिप, टेस्ट मॅच आदी आपण घरबसल्या दूरदर्शनवर पाहतो. मोबाईल वापरून जगाच्या कान्याकोपऱ्याशी संपर्क साधतो. दूर,

दुर्गम जागी असलेल्यांना शिक्षण देऊ शकतो, उपग्रहांद्वारे पृथ्वीची वनराई, पाण्याचे साठे आदी पाहू शकतो. हे फायदे अनुभवताना विचार करा...

अंतराळ तंत्रज्ञान का शक्य झाले? न्यूटनच्या नियमांमुळे...

न्यूटनला हा नियम कसा मिळाला? केप्लरच्या नियमांमुळे...

केप्लरला त्याचे नियम कसे गवसले? टायकोच्या नोंदींचा अभ्यास करून....

याचा अर्थ, टायको ब्राहेच्या आकाश निरीक्षणामुळेच आजचे वरील सर्व फायदे आपल्याला मिळतात. तेव्हा आकाश निरीक्षण निरुपयोगी कसे म्हणता येईल? आता, याही पुढे जाऊन आपण हे पाहणार आहोत, की खगोल निरीक्षणामुळे अख्ख्या पृथ्वीवर आणि तिच्यावरील जीवसृष्टीवर येणारे विनाशकारी संकट कसे टळू शकेल? 'ज्युरासिक पार्क' सिनेमा पाहिलेल्यांना आठवत असेल की, त्यांत दाखवलेले डायनॉसोरसदृश विशाल आणि भयंकर प्राणी धुमाकूळ माजवत होते. एकेकाळी पृथ्वीवर हे प्राणी वास्तव्य करून होते; पण आज ते नाहीत. त्यांचे अस्थिपंजर उत्खननात मिळतात त्यावरून आपण त्यांच्या रूपाची, आकाराची कल्पना करू शकतो. आज ते पृथ्वीवर दिसत नाहीत. का? असा तर्क केला जातो की आकाशात फिरणाऱ्या एखाद्या मोठ्या वस्तूच्या पृथ्वीशी झालेल्या टकरीमुळे हे घडले असावे. टकरीतून उत्पन्न झालेल्या ऊर्जेमुळे, उष्णतेमुळे जीवसृष्टीचा नाश झाला. ही टक्कर अंदाजे ६.५ कोटी वर्षांपूर्वी झाली असावी.

पृथ्वीशी टक्कर

आपल्या ग्रहमालेत सूर्य, त्याचे आठ ग्रह, ग्रहांचे उपग्रह वगळल्यास लहान-मोठ्या वस्तू प्रचंड संख्येने फिरत असतात. मंगळ आणि गुरू यांच्या दरम्यानच्या पट्ट्यात हजारो लघुग्रह (ॲस्टेरॉइड) सूर्यप्रदक्षिणा करीत असतात. दरवर्षी लहान-मोठे धूमकेतू लांबून येऊन सूर्याची प्रदक्षिणा करून दूर निघून जातात. त्यांपैकी काही तर पृथ्वीजवळून जातात. त्यामुळे त्यांच्यापैकी एकाची पृथ्वीशी टक्कर होणे असंभाव्य नाही.

१९९४ च्या जुलै महिन्यात 'शूमाकर लेव्ही' हा धूमकेतू गुरू ग्रहावर आपटला. धूमकेतूची कक्षा गुरुच्या कक्षेला छेदणार, तेही दोघे एकत्र असताना, याचे भाकीत गणित मांडून करण्यात आले होते. त्याप्रमाणे तंतोतंत टक्कर घडून आली. रस्त्यावर अपघाताने घडणाऱ्या टकरींसारखी इथे 'अचानक' टक्कर घडली नाही. दुर्बिणीतून हे टकरीचे दृश्य अनेक निरीक्षकांनी टिपले.

त्यानंतर काही वर्षांनी असेच गणित मांडून भाकीत करण्यात आले की, १४ ऑगस्ट, २११६ रोजी स्विफ्ट-टटल धूमकेतू पृथ्वीवर आदळणार आहे. अजून

शूमाकर लेव्ही

स्विफ्ट टटल

तसे घडेलच अशी ग्वाही देता येत नाही. कारण, धूमकेतूवर प्रभाव टाकणाऱ्या गुरुत्वाकर्षणाव्यतिरिक्त इतर बळांची आपल्याला पूर्ण माहिती नाही. पण, धूमकेतू आपटला नाही तरी पृथ्वीजवळून जाईल, यात शंका नाही.

चंद्रावर अनेक विवरे आहेत. त्यामागे असेच आपटण्याचे प्रकार असणार. पृथ्वीचेही तसेच झाले असते, जर तिच्याभोवती वायुमंडल नसते. काही प्रमाणात पृथ्वीवर पडणारे लहान दगडधोंडे वाटेत, वायुमंडलात घर्षणाने तापून, जळून खाक होतात; पण पृथ्वीवर मोठे दगड पडल्याची उदाहरणे आहेत.

लोणार येथील तळे

बुलढाणा जिल्ह्यात लोणार खेडेगावाजवळ एक गोलाकार तळे आहे, जिथे पूर्वी मोठा अशनी पडला असावा. तळे ज्या विवरात आहे, त्याचा व्यास १८३० मीटर आणि खोली १५० मीटर आहे. आपटण्याचे गणित मांडून असा तर्क केला जातो, की आपटणारा दगड (मीटिऑर) ६० मीटर व्यासाचा आणि दोन कोटी टन वस्तुमानाचा होता. या टकरीतून किती ऊर्जा बाहेर पडली असावी?

अगणित ऊर्जा

ती ऊर्जा मोजायला ॲरिझोना विद्यापीठातील ग्रहविज्ञानाचे प्राध्यापक टॉम गेहरेल्स यांनी एक वेगळेच एकक वापरले आहे. हिरोशिमावर टाकलेला अणुबॉम्ब किती विनाशकारी होता, ते इतिहास सांगतो. त्यातून तेरा किलो टन ऊर्जा बाहेर पटली होती. त्या तुलनेत लोणारच्या टकरीत बाहेर पडलेली ऊर्जा सहा मेगाटन होती, म्हणजे जवळजवळ ५०० हिरोशिमांइतकी!

याच तुलनेत जर आपण लघुग्रहांना विचारात घेतले, तर हे प्रमाण आणखी

वाढते. समजा, दहा किलोमीटर व्यासाचा एक लघुग्रह पृथ्वीवर आपटला, तर त्यातून निघणारी ऊर्जा एक अब्ज हिरोशिमा इतकी असेल. अशा स्थितीत मोठ्या प्रमाणात ज्वलनक्रिया होऊन वायुमंडलातील ऑक्सिजन खलास होईल. म्हणजे प्रत्यक्ष टक्कर झालेल्या भागापासून दूर असलेले प्राणीदेखील नष्ट होतील.

'स्पेस वॉच'

आपल्याला अशा संकटाची आगाऊ चाहूल लागू शकेल का? ते शक्य आहे आणि त्यासाठी खगोल निरीक्षकांनी 'स्पेस वॉच' प्रकल्प हाती घेतला आहे. १.८ मीटर व्यास असलेल्या प्रमुख आरशाची दुर्बीण या कामासाठी जुंपली आहे.

आपल्या सभोवताली फिरणारे लघुग्रह, धूमकेतू, अशनी आदी लहान-मोठे पिंड नेमके कुठल्या मार्गाने जात आहेत व यापुढे कुठल्या मार्गाने जातील, ते निरीक्षण आणि गणित यांच्याद्वारे ठरवणे हे त्या प्रकल्पाचे उद्दिष्ट आहे. या भविष्यवेधी माहितीतून आपण अंदाज करू शकतो, की अमुक अमुक पिंड अमक्या वेळी कुठे असेल. आजच्या संगणकीय युगात हे गणित अवघड नव्हे, आणि अशा माहितीचा फायदा घेऊन आपण हे पण ठरवू शकतो, की पुढे, किती वर्षांनी अमुक पिंड पृथ्वीवर आदळणार आहे.

अशी, टकरीची आगऊ सूचना मिळाली, तर आपण पृथ्वीच्या रक्षणाकरिता काही करू शकतो का? आपटणारा गोळा जर धूमकेतू, मीटिऑर किंवा लहान लघुग्रह असेल, तर या आपत्तीवर उपाय आहे. आपण एका अंतराळयानातून न्यूक्लिअर एक्स्प्लोझिव्ह डिव्हाइस (अणुस्फोट घडवून आणायचे साधन) त्या आगंतुक पिंडाच्या दिशेने पाठवून त्याच्या जवळ गेल्यावर स्फोट घडवून आणायचा. त्या स्फोटामुळे पिंडाला लहानसा धक्का बसेल व त्यामुळे त्याची दिशा बदलेल. पिंड, टकरीपूर्वी काही महिने आधी, अशा तऱ्हेने 'ढकलला' गेला, तर त्यामुळे त्याच्या मार्गात बदल होईल आणि पृथ्वीशी टक्कर टळू शकेल.

तीन दशकांपूर्वी मी एका विज्ञानकथेत या शक्यतेचा उपयोग केला होता. (यक्षाची देणगी कथासंग्रहातील धूमकेतू ही कथा) आज वास्तव म्हणून त्या गोष्टीतली मूळ कल्पना 'नासा' सदृश संस्थेत चर्चेचा विषय झाली आहे.

आता या लेखाचा समारोप करताना मी हे आवर्जून सांगू इच्छितो, की खगोल निरीक्षणांचे फायदे होतातच; पण आपल्या सर्वांच्या रक्षणाकरितासुद्धा खगोल निरीक्षणांची गरज आहे.

८.

विज्ञान आणि खगोलशास्त्र

विज्ञान हा विषय मानवी जिज्ञासेतून जन्माला आला. आपल्या सभोवताली घडणाऱ्या नैसर्गिक घटना का घडतात? त्यांच्या मुळाशी निसर्गाचे काही मूलभूत नियम आहेत का? प्रथमदर्शनी अगदी वेगळ्या वाटणाऱ्या घटना एकाच मूलभूत नियमामुळे घडतात का? अशा तऱ्हेच्या प्रश्नांच्या उत्तरांतून विज्ञान हा विषय प्रगती करत गेला. त्याला आणखी फाटे फुटले आणि जिज्ञासापूर्तीतून मिळालेल्या माहितीचा उपयोग स्वत:चे राहणीमान उंचावण्यासाठी करायला मानवाने सुरुवात केली. अर्थात फायद्याबरोबर तोटेही असतातच! विज्ञानाचा उपयोग संहाराच्या कार्याकरता पण होऊ लागला.

विज्ञानाची एकूण चौकट कशी आहे आणि त्यात खगोलशास्त्र कुठे बसते याचा विचार करू.

वास्तविक खगोलशास्त्राला विज्ञानाची आद्यशाखा म्हटले तर वावगे होणार नाही. कारण मानवाच्या काही प्राथमिक प्रश्नांची उत्तरे खगोलशास्त्रात सापडतात. रात्र आणि दिवस हे नियमितपणे का येतात? ऋतूंचे चक्र कसे ठरवले जाते? ग्रहांची आकाशातली जागा बदलत का जाते? ग्रहणे का लागतात? सूर्य का चकाकतो? प्रश्न पुरातन आहेत. त्यांची उत्तरे हळूहळू मिळत गेली. ज्याप्रमाणे पृथ्वीवरील वस्तूंना सृष्टीचे काही ठरावीक नियम लागू पडतात त्याचप्रमाणे आकाशातील वस्तूंनादेखील ते लागू पडतात. ही जाणीव हळूहळू होत गेली. त्यामुळे जरी प्रश्नमालिका जुनी असली तरी विज्ञानाच्या चौकटीत प्रस्थापित व्हायला खगोलशास्त्राला थांबावे लागले.

विज्ञानाची चौकट

खगोलशास्त्राकडे वळण्यापूर्वी प्रथम आपण वैज्ञानिक कार्यप्रणालीचा थोडक्यात आढावा घेऊ.

जसजसे विज्ञान विकसित होत गेले तसतशी गृहीतकांची संख्या कमी होत गेली. उदाहरणार्थ, भौतिकशास्त्राकडे पाहिले तर असे आढळते की, केवळ चार मूलभूत नियमांद्वारे त्या शास्त्रातल्या सर्व निरीक्षणांची कारणमीमांसा करता येते. परंतु आजचे भौतिकशास्त्रज्ञ 'चार' ही संख्या कमी करू पाहात आहेत व भविष्यकाळात केव्हातरी हे चार नियम एकाच नियमाचे विभिन्न घटक आहेत असे सिद्ध करण्याची आशा बाळगून आहेत.

परंतु मी आधी सांगितल्याप्रमाणे तीन टप्पे पुरे झाले की साखळी पुरी होत नाही. कारणमीमांसा केली की वैज्ञानिकाचे काम संपत नाही. कारण त्यापुढे त्याची अपेक्षा असते नवीन भाकीत करायची - जे भाकीत पुढे केव्हातरी प्रयोग आणि निरीक्षणानी पडताळून पाहता येईल. त्यामुळे केवळ प्रयोगातून कारणमीमांसा उद्भवते असे नाही, उलट कारणमीमांसेतून नवे प्रयोगपण उद्भवतात आणि ही साखळी पुढे चालू राहते.

वैज्ञानिक विकासाच्या दृष्टीने नवी भाकिते महत्त्वाची आहेत. जर ती खरी ठरली तर आपण पूर्वी केलेल्या कारणमीमांसेबद्दल वैज्ञानिकाचा आत्मविश्वास वाढतो. जर ती चुकली तर आपली गृहीतके पुन्हा तपासून पाहणे त्याला आवश्यक असते. कधी कधी असे आढळते की, भाकीत बरोबर होते पण ते चूक ठरवणारे प्रयोगच बरोबर केले गेले नाहीत. तर कधी कधी फेरतपासणीतून मूलभूत नियमांचा एखादा नवा पैलू दृष्टोत्पत्तीस येतो.

त्यामुळे विज्ञानात 'अंतिम सत्य' हा प्रकार नसतो. आजपर्यंत केलेले प्रयोग, आजवरची निरीक्षणे आजवरच्या मूलभूत माहितीद्वारे समजावून सांगता येतात. पण नवे प्रयोग, सृष्टीची नवी रहस्ये पुढेमागे उपस्थित होतील ही शक्यता नाकारता येत नाही. आत्मविश्वास बाळगून आत्मसंतुष्टवृत्ती दूर ठेवणे ही एक तारेवरची कसरत आहे.

खगोलशास्त्राच्या अडचणी

विज्ञानाच्या ह्या चौकटीत बसताना खगोलशास्त्रज्ञापुढे काही अडचणी येतात ज्यावर इलाज नाही.

पहिली अडचण आहे प्रयोगांची. भौतिकशास्त्र, रसायनशास्त्र, जीवशास्त्र इत्यादी वैज्ञानिक शाखांतील अभ्यासकांना प्रयोगशाळेत प्रयोग करून पाहण्याची

प्रयोग, निरीक्षण आणि कारणमीमांसा हे विज्ञानाचे तीन टप्पे आहेत. वास्तविक हे टप्पे एका न संपणाऱ्या शृंखलेतली कडी आहेत असे म्हणायला हरकत नाही. एखादी घटना केवळ एकदाच अनुभवून भागत नाही ती पुन:पुन्हा घडलेली पाहावी लागते तेव्हा तिच्यामागले एखादे सूत्र गवसते. शक्य असल्यास ती घडवून आणावी लागते. इथे प्रयोगाचा भाग आला. घडलेली घटना पाहणे हेही महत्त्वाचे आहे. निरीक्षणात त्या घटनेला बारकाईने पाहणे अभिप्रेत आहे. निरीक्षणात मिळणारी माहिती वस्तुनिष्ठ पाहिजे. निरीक्षकावर अवलंबून असून उपयोगी नाही. प्रयोगातून दिसलेली माहिती तो प्रयोग पुन्हा दुसऱ्या कोणीतरी तसाच करून त्याला तशाच स्वरूपात मिळवता आली पाहिजे.

आणि अशा तऱ्हेने मिळालेल्या माहितीच्या मुळाशी कुठले नैसर्गिक नियम आहेत या प्रश्नाची उकल कारणमीमांसेत येते. कमीतकमी गृहीतके वापरून ही कारणमीमांसा करण्याकडे वैज्ञानिकाची प्रवृत्ती असते.

मुभा असते. खगोलशास्त्रज्ञ आकाशातल्या वस्तूंना पृथ्वीवरील प्रयोगशाळेत आणून तपासू शकत नाही. त्यांच्यात हवे तसे बदल करून त्यांच्या व्यवहारात होणाऱ्या बदलांचे निरीक्षण करू शकत नाही. त्याला केवळ लांबून पाहण्यावरच समाधान मानावे लागते.

निरीक्षणांची अडचणही वेगळीच. आपल्याला तपासून पाहायच्या घटना हव्या तेव्हा पाहायला मिळतील असे नाही. ग्रहणे, ताऱ्यांचे स्फोट, धूमकेतूचे जवळ आगमन.... असे अनेक निरीक्षणांचे विषय ठरावीक प्रसंगीच आणि कधी कधी अगदी अनपेक्षित स्वरूपातच पाहावे लागतात.

कारणमीमांसा आणि त्यातून करता येण्याजोगी भाकिते याबद्दलही खगोलशास्त्रज्ञांच्या अडचणी आहेत. पृथ्वीवरील प्रयोगशाळेत जितकी बिनचूक मोजमापे घेता येतात तितकी हजारो प्रकाशवर्षे अंतरावरच्या तारकांची करता येणे अर्थातच शक्य नाही. त्यामुळे खगोलशास्त्रीय कारणमीमांसा अनेकदा इतर वैज्ञानिक शाखांमध्ये केल्या जाणाऱ्या कारणमीमांसेइतकी बिनचूक नसते. तसेच अशा कारणमीमांसेतून निघणारी नवी भाकिते जरा बोथट स्वरूपाची असतात.

या अडचणींमुळे जेव्हा एकोणिसाव्या शतकामध्ये विज्ञानाची झपाट्याने प्रगती होऊ लागली तेव्हा त्यांत खगोलशास्त्र मागे पडले. विज्ञानाच्या एकंदर डोलाऱ्यात त्याला मानाचे स्थान मिळेनासे झाले. ह्या विषयात विज्ञानापेक्षा अटकळीच जास्त असा आरोप त्यावर होऊ लागला.

परंतु गेल्या दोन-तीन दशकांत ह्या परिस्थितीत झपाट्याने सुधारणा होऊ लागली आहे. याचे एक कारण खगोलशास्त्राने अत्याधुनिक तंत्रज्ञानाचा फायदा घेऊन आपली निरीक्षणक्षमता अधिक बिनचूक केली आहे.

खगोलशास्त्राचे फायदे

अडचणींबरोबरच खगोलशास्त्रात काही विशेष गुणही आहेत जे विज्ञानाच्या इतर शाखांत नाहीत. मुख्य म्हणजे, इतर वैज्ञानिक शाखा पृथ्वीपर्यंत मर्यादित आहेत तर खगोलशास्त्राची झेप पृथ्वीबाहेर पसरलेल्या अमाप विश्वापर्यंत आहे. वास्तविक हाच गुण पुष्कळ पूर्वी खगोलशास्त्राला विज्ञानाच्या चौकटीत महत्त्वाचे स्थान मिळवून देण्यास कारणीभूत ठरला होता.

हा काळ होता तीन शतकांपूर्वीचा. न्यूटनच्या वेळचा. योहान केप्लर याने ग्रहांच्या सूर्याभोवतालच्या कक्षा ठरवून दिल्या होत्या. आपल्या ठरावीक कक्षेत फिरताना ग्रहाच्या वेगात बदल कसे होतात, सूर्याजवळच्या आणि लांबच्या कक्षा पूर्ण करताना ग्रहाला किती वेळ लागतो इत्यादींचे नियम केप्लरने व्यवस्थित मांडले होते. त्यामागची कारणमीमांसा करताना न्यूटनला आपल्या गुरुत्वाकर्षणाच्या सिद्धान्ताचा साक्षात्कार झाला. व्यस्तवर्गाचा हा सिद्धांत केप्लरच्या नियमांचे पूर्ण स्पष्टीकरण करू शकतो हे न्यूटनने दाखवून दिले.

याच नियमाचा वापर करून न्यूटनचा समकालीन व मित्र शास्त्रज्ञ एडमंड हॅले याने धूमकेतूदेखील सूर्याच्याच गुरुत्वाकर्षणाखाली फिरतात हे दाखवले आणि १६८२ मध्ये आलेला धूमकेतू आणि तत्पूर्वी १६०७ व १५३१ मध्ये आलेले धूमकेतू हे एकाच धूमकेतूच्या सूर्याजवळच्या स्वारीचे प्रकार आहेत असा दावा केला. सुमारे ७५-७६ वर्षांनी सूर्यानजीक येणारा हा धूमकेतू पुन्हा १७५८ साली दिसेल हे महत्त्वाचे भाकीत त्याने केले आणि त्याने सांगितल्याबरहुकूम तो

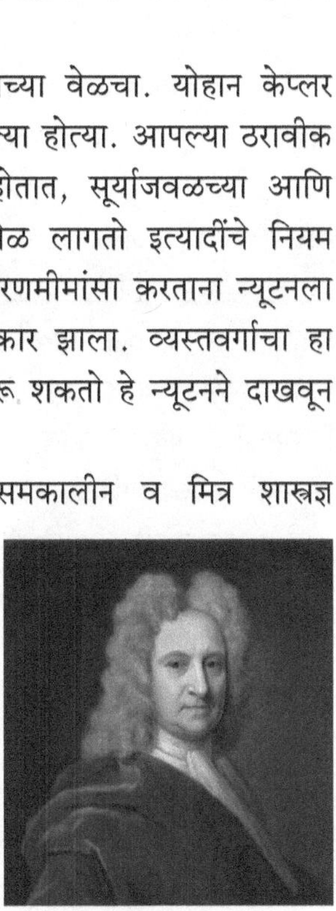

एडमंड हॅले

धूमकेतू १७५८ मध्ये आला. एका वैज्ञानिक सिद्धान्तातून केलेले खगोलशास्त्रीय भाकीत कसे खरे ठरले याचे एक उत्कृष्ट उदाहरण म्हणजे हॅलेचा धूमकेतू.

तीन शतके ओलांडून आपण आजच्या जमान्यातील अंतराळ प्रकल्पांकडे पाहू. स्पुटनिक, चंद्रावरील स्वाऱ्या, दळणवळणाला वाहिलेले उपग्रह ह्या सर्वांमागे काम करणारे बळ आहे गुरुत्वाकर्षणाचे. न्यूटनचा सिद्धान्त माहीत आहे म्हणूनच हे प्रकल्प शक्य झाले आहेत. आणि हा सिद्धान्त माहीत होण्यास हातभार लावला खगोलशास्त्रीय निरीक्षणांनी. न्यूटनचा नियम पृथ्वीबाहेर कोट्यवधी किलोमिटरपर्यंत लागू होतो हे विधान फक्त खगोलशास्त्रज्ञच करू शकतो.

ही जाणीव, की वैज्ञानिक नियमांची कार्यवाही किती अंतरापर्यंत लागू होते हे केवळ खगोलशास्त्रीय निरीक्षणेच सांगू शकतात, आजच्या खगोलशास्त्राच्या लोकप्रियतेच्या मुळाशी आहे. 'हे विश्वचि माझे घर' हे विधान बदलून 'हे विश्वची माझी प्रयोगशाळा' असे ब्रीदवाक्य खगोलशास्त्रज्ञांच्या तोंडी शोभेल.

सूर्यतेजाचे रहस्य

सूर्य का चकाकतो? या पुरातन प्रश्नाचे उत्तर सुमारे पाच दशकांपूर्वी मिळाले. एडिंग्टन नावाच्या खगोलशास्त्रज्ञाने सूर्य एक अती तप्त वायूचा गोळा आहे असे गृहीत धरुन त्या गोळ्याच्या अंतरंगाची भौतिकशास्त्रीय समीकरणे मांडली. वास्तविक दोन अब्ज अब्ज अब्ज टनांच्या वायूच्या गोळ्याचे गुणधर्म काय असतील हे पृथ्वीवरील कुठलाही प्रयोग सांगू शकला नसता. पण पृथ्वीवरील प्रयोगांद्वारे ते अतिशय मर्यादित असले तरी गवसलेल्या वैज्ञानिक नियमांचाच वापर एडिंग्टनने केला. सूर्याला ते नियम लागू पडतात हे गृहीतक अर्थातच त्या नियमांची व्यापकता वाढवते.

एडिंगट्नच्या गणितातून असा निष्कर्ष निघत होता की, सूर्याच्या केंद्रस्थानचे तपमान एक कोटी अंशाहूनही जास्त असेल. सूर्याच्या बहिरंगाचे तपमान सुमारे ५५०० सेल्सियस आहे. इतक्या तप्त पदार्थाला वायू म्हणणेसुद्धा चुकीचे आहे कारण वायूतले अणू पूर्ण स्थितीत असतात. सूर्यातल्या तपमानापुढे अणूला आपले सलग अस्तित्त्व टिकवता येत नाही. अणूचे गर्भभाग आणि बाहेर फिरणारे इलेक्ट्रॉन वेगळे होतात. अशा विघटित अणूंना प्लाझ्मा म्हणतात.

सूर्यात प्रामुख्याने हायड्रोजन असतो आणि त्याचा गर्भभाग म्हणजे घनात्मक विद्युतभाराचा कण प्रोटॉन. एडिंग्टनच्या तर्काप्रमाणे सूर्याच्या केंद्रस्थानी अशा चार गर्भांचे संघटन होऊन त्यातून हिलियमचा गर्भ तयार होतो. आणि ह्या संघटनाच्या प्रक्रियेत ऊर्जानिर्मिती होते.

हा तर्क १९२०-३० च्या काळात अणुशास्त्रज्ञांना फारच अवास्तविक वाटला. त्यांनी त्याची टरच उडवली. परंतु हळूहळू अणुगर्भाची जास्त माहिती मिळत गेली आणि एडिंग्टनचा तर्क ग्राह्य मानला गेला.

हायड्रोजनच्या संघटनातून हिलियम बनवून ऊर्जानिर्मिती होऊ शकते हे प्रथम खगोलशास्त्रात सूर्याने प्रात्यक्षिक करून दाखवले. आज हायड्रोजन बॉम्बच्या विस्फोटक स्वरूपात मानवाने ते साध्य करून दाखवले. जर सूर्याप्रमाणे संयमित स्वरूपात ही प्रक्रिया त्याला घडवून आणता आली तर जगापुढचा ऊर्जेचा प्रश्न कायमचा सुटेल.

एकीकरणाचा सिद्धान्त

जे सूर्याला साध्य झाले ते मानवाला जमवून आणायला अवघड जाते यात आश्चर्य नाही. सूर्याच्या केंद्रस्थानी त्याच्या प्रचंड गुरुत्वाकर्षणाला तोंड देऊ शकणारे दाब असतात. त्यामुळे प्लाझ्मा प्रचंड तपमान असूनही काबूत ठेवला जातो. पृथ्वीच्या प्रयोगशाळेच्या मर्यादा ओलांडून विज्ञानाच्या नियमांची प्रात्यक्षिके केवळ आकाशातच पाहायला मिळतात.

याचे प्रत्यंतर सर्वात प्रभावी स्वरूपात विश्वरचनेच्या सिद्धान्तात पाहायला मिळते. संपूर्ण विश्वाला वैज्ञानिक नियम, विशेषकरून आइन्स्टाइनच्या व्यापक सापेक्षतावादाचे नियम लावले तर असा निष्कर्ष निघतो की, विश्वाची उत्पत्ती एका महास्फोटात झाली. तो महास्फोटाचा क्षण आजपासून सुमारे १५ अब्ज वर्षांपूर्वी होता असे तज्ज्ञ सांगतात. स्फोटातून उगम पावलेले विश्व आजही प्रसरण पावताना दिसते.

विश्वाची उत्पत्ती कशी झाली?

स्फोटानंतरच्या क्षणात विश्वाचे तपमान कल्पनातीत होते. प्रसरणामुळे ते कमी होत गेले व आज ते जवळ जवळ नगण्य झाले आहे. अर्थात त्या आरंभीच्या क्षणात स्फोटामुळे विश्वाचे घटक फारच प्रचंड वेगाने, ऊर्जेने फिरत होते. हे आद्य घटक कुठल्या स्वरूपाचे होते?

या प्रश्नाचे उत्तर देण्यासाठी सर्व मूलभूत नियमांचे एकीकरण करणे आवश्यक आहे, असे अनेक शास्त्रज्ञांना वाटते. या दिशेने जी वाटचाल चालू झाली आहे तिला चालना मिळाली अब्दुस सलाम, स्टीवन वाइनबर्ग आणि शेल्डन ग्लॅशॉ

यांच्या संशोधनाने. चारपैकी दोन मूलभूत क्रियांचे, विद्युत चुंबकीय आणि मंद क्रियांचे एकीकरण होऊ शकते हे ह्या शास्त्रज्ञांनी दाखवून दिले.

हे एकीकरण घडवून आणायला मूलकणांकडे प्रचंड ऊर्जा असावी लागते. अशा ऊर्जेचे मूलकण सर्नसारख्या प्रचंड प्रयोगशाळेत तयार होऊ शकतात. त्यांच्यावरील प्रयोगांद्वारे या एकीकरण सिद्धांताला पुष्टी मिळते.

या यशामुळे दोनऐवजी तीन किंवा चारही क्रियांचे एकीकरण करता येईल असा आशावाद वैज्ञानिकांत उत्पन्न झालेला आहे. मात्र या एकीकरणासाठी लागणारी ऊर्जा सर्न प्रभृति प्रयोगशाळांच्याच काय पण भविष्यकाळात काही दशकांत तरी होणाऱ्या प्रयोगशाळांच्या आवाक्याबाहेर आहे. मग एकीकरण सिद्धांताचे प्रात्यक्षिक कसे पाहायला मिळणार?

या प्रश्नाचे उत्तर खगोलशास्त्रात, विश्वरचनेच्या सिद्धान्तात पाहायला मिळते. महास्फोटानंतरच्या काही प्रारंभिक क्षणात, म्हणजे सेकंदाच्या अब्ज-अब्ज-अब्ज-अब्ज-अब्जांश भागात विश्व अशा स्थित्यंतरातून गेले की तेव्हाच्या घटकणांत एकीकरणाला साजेशी ऊर्जा होती. म्हणजे या सिद्धान्ताचे प्रात्यक्षिक पडताळून पाहायला विश्वाच्या त्या आदिकाळाची दाखल घेतली पाहिजे.

अर्थात त्या महत्त्वाच्या क्षणी काय रामायण घडले ते आत्ता पाहता येणार नाही, पण त्या घटनेचे उमटलेले ठसे पाहणे शक्य आहे. तेव्हा ते ठसे कशा प्रकारचे असतील त्याबद्दल संशोधन चालू आहे.

समारोप

थोडक्यात म्हणजे, विज्ञानाच्या घरकुलात खगोलशास्त्राची भूमिका आज एखाद्या आश्रितासारखी नसून एका सन्मान्य आणि आवश्यक सदस्याची आहे. याचे कारण अनेक व्यावहारिक अडचणींना तोंड देऊन त्या विषयाने विज्ञानाच्या चौकटीत त्या विषयाची अवघड शिस्त पाळून वाटचाल केली आहे. आधुनिक तंत्रज्ञानाच्या मदतीने त्याने आपली निरीक्षणपद्धती कमालीची कार्यक्षम केली आहे आणि त्याबरोबरच मूलभूत नियमांच्या एकीकरणाकडे महत्त्वाचा हातभार लावला आहे.

• • •

१.

खगोलशास्त्रातील सुरस आणि चमत्कारिक गोष्टी

आकाशात दिसणाऱ्या सूर्य, चंद्र, ग्रह, तारे इत्यादींच्या निरीक्षणातून आणि वैज्ञानिक चर्चेतून 'खगोलशास्त्र' हा विषय जन्माला आला. विज्ञानाच्या इतर शाखांपेक्षा खगोलशास्त्र एका बाबतीत आपले वेगळेपण दाखवते. या विषयाची प्रयोगशाळा पृथ्वीपर्यंतच मर्यादित नसून ती आपल्या सभोवती अफाट अंतराळात पसरली आहे. फार काय 'हे विश्वचि माझी प्रयोगशाळा' असे विधान खगोलशास्त्रज्ञाने केल्यास त्यात अतिशयोक्ती होणार नाही.

आपल्या प्रयोगशाळेत वैज्ञानिकाला कित्येकदा अद्‌भुत शोध लागतात, नवे अनुभव येतात, अनपेक्षित कोड्यांना तोंड द्यावे लागते. खगोलशास्त्रज्ञही त्याला अपवाद नाही. उलट पृथ्वीच्या मर्यादा त्याच्यावर नसल्याने त्याला येणारे अनुभव आगळेच असतात. आजच्या विज्ञानयुगात वावरणाऱ्या खगोलशास्त्रज्ञाला आपल्या वैश्विक प्रयोगशाळेत आढळून येणाऱ्या काही अद्‌भुत गोष्टींची या लेखात चर्चा करण्याचा माझा उद्देश आहे.

पश्चिमेकडे उगवणारा सूर्य

सूर्य पूर्वेकडे उगवतो आणि पश्चिमेकडे अस्तास जातो, ही दैनिक घटना आम्हा पृथ्वीवासीयांच्या मनावर इतकी ठसली आहे की, त्यातूनच 'एक वेळ सूर्य पश्चिमेस उगवेल पण अमुक तमुक घडणार नाही' अशा अर्थाची म्हण निर्माण झाली. अशा परिस्थितीत 'मी सूर्य पश्चिमेस उगवताना पाहिला' असे विधान करणाऱ्याची थापेबाज म्हणूनच गणना होईल. परंतु मी हे विधान स्वानुभवाने करू शकतो! अर्थात, हे कसे घडले, याची

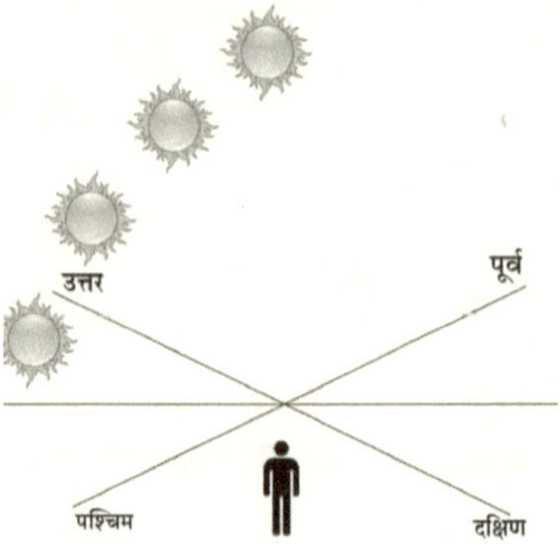

कारणमीमांसा करण्याची जबाबदारी माझ्यावर येते.

त्यासाठी प्रथम सूर्य नेहमी पूर्वेसच उगवताना का दिसतो, या प्रश्नाचे उत्तर शोधू या. कोणताही माध्यमिक शाळेतील मुलगा या प्रश्नाचे उत्तर देऊ शकेल. पृथ्वी आपल्या उत्तर-दक्षिण ध्रुवांना जोडणाऱ्या अक्षाभोवती परिभ्रमण करत असते आणि ते परिभ्रमण पश्चिमेकडून पूर्वेकडे होत असल्याने सूर्य पूर्वेकडून पश्चिमेकडे जाताना दिसतो. जर पृथ्वीच्या परिभ्रमणाची दिशा उलटी केली तर सूर्याच्या फिरण्याची दिशाही उलटी होईल. तेव्हा जर सूर्य पश्चिमेकडे उगवताना पाहायचा असेल तर पृथ्वीची अक्षाभोवतीच्या परिभ्रमणाची दिशा बदलणे आवश्यक आहे. हे कसे जमावे?

पृथ्वीचा परीघ विषुववृत्तावर सुमारे ४०,००० किलोमीटर आहे. त्यावरील कुठलाही बिंदू एका दिवसात ४०,००० किलोमीटर इतके परिभ्रमण करतो, म्हणजे त्याचा सरासरी वेग सुमारे ताशी १६०० कि.मी. इतका आहे. जसजसे आपण ध्रुवाकडे जाऊ तसतसा हा वेग कमी होत जातो. ६० अंश अक्षांशावर हा वेग निम्म्यापर्यंत येतो तर ध्रुवावर शून्य असतो. आधुनिक जेट विमानांना ताशी ९०० किलोमीटर वेगमर्यादा गाठणे अवघड नाही. तेव्हा अशा वेगाने जर आपण ६० अंश अक्षांशाच्या आसपास पश्चिमेकडे प्रवास केला तर पृथ्वीच्या परिभ्रमणाच्या वेगावर आपल्याला मात करता येते. तेव्हा अशा जेट विमान प्रवाशाला संध्याकाळच्या वेळी सूर्य पश्चिमेकडे उगवताना दिसेल. मला हा अनुभव लंडन ते शिकागो या प्रवासात आला होता. त्या प्रवासात काही काळ विमान ६० अंश अक्षांशाहून जास्तच जात होते.

आकाश निळे की काळे?

पृथ्वीतलाची मर्यादा ओलांडून काही हजार फुटांवरून कसा वेगळा अनुभव येऊ शकतो, हे आपण पाहिले. आता पृथ्वीपासून आणखी थोडे लांब जाऊ या. पृथ्वीभोवती पसरलेल्या वायुमंडलाला ओलांडून अशा ठिकाणी आपल्याला आणखी एका ओळखीच्या दृश्याला मुकावे लागेल. आपल्या भोवतालचे आकाश निळे नसून काळे असेल, दिवसाढवळ्या सूर्य असून देखील!

आकाश निळे का दिसते?

सूर्यापासून येणारी सर्वच किरणे थेट पृथ्वीतलावर पोचत नाहीत. आपल्या वायुमंडलातील कणांवर सूर्यप्रकाश आपटून तो इतस्ततः विखुरतो. या प्रक्रियेत सूर्यप्रकाशात जे वेगवेगळे रंग (इंद्रधनुष्यातील सात रंग) असतात, त्यापैकी निळा रंग प्रामुख्याने पसरतो. त्यामुळे आकाश निळे दिसते.

वातावरणापलीकडे अंतराळात मात्र प्रकाश इतस्ततः पसरवणारे कण फारच कमी संख्येने असतात. त्यामुळे प्रकाश विखुरण्याची क्रिया पुष्कळच कमी होते. म्हणून तेथे सूर्याचा प्रकाश थेट पोचतो व तिथल्या वस्तू चकाकतात. पण आजूबाजूचे आकाश मात्र काळे असते. चंद्रावर घेतलेल्या छायाचित्रात ही वस्तुस्थिती आपल्याला दिसून येते. त्यामुळे आकाशात एका दिशेला सूर्य तर दुसऱ्या दिशेला काळोखात तारे असे विलक्षण दृश्य दिसू शकते. या काळ्या आकाशाचा फायदा खगोलशास्त्रज्ञांनी घेतला. अमेरिका आणि युरोपमधील अंतराळ संस्थांनी एक मोठी दुर्बीण अंतराळात पाठवली. वायू मंडलात प्रकाशाचे शोषण होऊन तो विखुरला जात असल्याने पृथ्वीवरील दुर्बिणीची कार्यक्षमता कमी होते. या अंतराळ दुर्बिणीमुळे खगोलशास्त्रज्ञांना पुष्कळ नवी माहिती मिळाली.

सूर्य का प्रकाशतो?

हा प्रश्न आदिकालापासून मानवापुढे होता आणि त्याचे समाधानकारक उत्तर काही वर्षांपूर्वी शास्त्रज्ञांना गवसले. गेल्या शतकात केल्व्हिन आणि हेल्म होल्ट्स या शास्त्रज्ञांनी सूर्यतेजाचे रहस्य सोडवण्याचा प्रयत्न केला. सूर्याच्या उर्जेचा साठा त्याच्या प्रचंड गुरुत्वाकर्षणात आहे असा सिद्धांत त्यांनी मांडला. सूर्याचे हळूहळू आकुंचन होत असून त्यामुळे त्याच्या गुरुत्वाकर्षणनिर्मित उर्जेच्या साठ्यात घट होते आणि ही घट सूर्यातून प्रकाशरूपी ऊर्जा बाहेर पडण्यास कारणीभूत होते. या सिद्धांताप्रमाणे सूर्याला सध्याच्या तेजावर सुमारे दोन ते तीन कोटी वर्षे चकाकत ठेवण्याची क्षमता ह्या उर्जेच्या साठ्यात आहे, असे दिसून आले.

मानवी वयोमर्यादेच्या मानाने हा कालखंड मोठा वाटतो. परंतु आपल्या पृथ्वीचे वयोमान भूगर्भशास्त्राप्रमाणे सुमारे ४५० कोटी वर्षे इतके आहे. त्या तुलनेने सूर्य प्रकाशनाचा वरील कालखंड फारच कमी पडतो. त्यामुळे केल्व्हिन-हेल्म होल्टझ सिद्धांत चुकीचा आहे, या निष्कर्षाप्रत विसाव्या शतकाच्या प्रारंभीचे खगोलशास्त्रज्ञ येऊन ठेपले होते. मग योग्य सिद्धांत कोणता?

आर्थर एडिंग्टन

१९२०-३० च्या दरम्यान केंब्रिजचे प्रख्यात खगोलशास्त्रज्ञ सर आर्थर एडिंग्टन यांनी असा सिद्धांत मांडला, की सूर्याच्या अंतरंगात प्रचंड तपमान आणि दाब असल्याने तेथील हायड्रोजनच्या अणूगर्भाचे संघटन होऊन हिलियमचा अणूगर्भ तयार होतो व त्याचबरोबर प्रचंड प्रमाणावर ऊर्जा बाहेर पडते. याच उर्जेच्या साठ्यावर सूर्य आपले तेज टिकवून आहे, असा एडिंग्टनचा दावा होता. साठ वर्षांपूर्वी अणूशास्त्र प्राथमिक अवस्थेत होते. त्यामुळे अणूशास्त्रज्ञांना वरील कल्पना अवास्तव वाटली. एडिंग्टनच्या गणिताप्रमाणे ताऱ्यांच्या (सूर्य एक ताराच आहे!) केंद्रभागातील तपमान १ ते ४ कोटी सेल्सियसच्या दरम्यान असावे. अणूचे संघटन घडवून आणायला हे तपमान पुरेसे नाही, अशी मल्लिनाथी अणुशास्त्रज्ञांनी केली. त्यावर एडिंग्टन यांनी आत्मविश्वासाने म्हटले, 'हे तपमान पुरेसे नाही, असा आक्षेप घेणाऱ्यांशी आम्ही वाद घालत बसत नाही. आम्ही त्यांना एवढेच सांगतो, ''जा, याहून अधिक तप्त जागा शोधा.''

काही वर्षांनी एडिंग्टनचा आत्मविश्वास अनाठायी नसल्याचे दिसून आले. अणूंच्या संघटनातून ऊर्जा निर्मिती होऊ शकते आणि सूर्यासारख्या ताऱ्यात ही प्रक्रिया घडू शकते हे हान्स बेथॉ या शास्त्रज्ञाने गणित मांडून दाखवले. नंतर याच प्रक्रियेवर आधारलेला हायड्रोजन बॉम्ब अस्तित्त्वात आला.

याच प्रक्रियेचा फायदा घेऊन अणुबॉम्बच्या स्वरूपात नव्हे तर संयमित स्वरूपात ऊर्जा निर्मिती घडवून आणण्यात शास्त्रज्ञ प्रयत्नशील आहेत. जे सूर्याला साध्य होते, ते आपल्याला अवघड का जावे? याचे कारण सूर्याच्या प्रचंड वस्तुमानाच्या गुरुत्वाकर्षणामुळे जे आंतरिक दाब निर्माण होतात, ते या प्रक्रियेच्या स्फोटकपणावर नियंत्रण राखू शकतात. पृथ्वीवरच्या प्रयोगात अशा तऱ्हेचे दाब घालणे शक्य नाही. पण वेगळ्या मार्गांनी या प्रक्रियेवर संयम घालता आला तर समाजापुढील ऊर्जेचा प्रश्न कायमचा सुटेल.

दिवसा दिसलेला तारा

दिनांक ४ जुलै १०५४ या रोजी आकाशात एका नवीन ताऱ्याचा उदय झाला. विशेष म्हणजे हा तारा काही दिवस दिवसाढवळ्या सुद्धा दिसत होता. ह्या घटनेची नोंद चीन व जपान येथील खगोल निरीक्षकांनी करून ठेवली होती,

त्यामुळे आज तिची तारीख निश्चित करता येते. अमेरिकेत नवाहो कॅनियन या प्रदेशात काही कोरलेल्या चित्रांमुळे तिथल्या रेड इंडियन जमातीनेपण ही घटना पाहिल्याचे कळते. ईजिप्त-इस्राइल भागात देखील ही घटना दिसल्याचा पुरावा मिळाला आहे. इतकी अद्‌भुत घटना घडली तरी तिची नोंद भारतीय लिखाणात का सापडत नाही? आणि ही घटना होती तरी काय?

वृषभ राशीत ज्या ठिकाणी हा तारा दिसला होता तेथे आज दिवसा काय, रात्रीही काही दिसत नाही. मात्र छायाचित्र घेतल्यास विलक्षण प्रकार दिसून येतो आणि त्यावरून घटनेचे निदान करता येते. हा प्रकार होता ताऱ्याच्या स्फोटाचा. हा स्फोट होताना दिसला ४ जुलै १०५४ रोजी आणि आज दिसतात ते स्फोटाचे अवशेष. ह्या अवशेषांना म्हणतात 'क्रॅब नेब्युला'.

ताऱ्यांचा स्फोट का होतो?

या प्रश्नाचे उत्तर ताऱ्यांच्या अंतरंगाचा अभ्यास केल्यावर सापडते. आपण सूर्याच्या संदर्भात नुकतेच पाहिले की, त्याच्या अंतरंगात अणुगर्भीय प्रक्रियेतून प्रचंड दाब निर्माण होतात. ह्या दाबाची सूर्याला आवश्यकता असते. जर हे दाब नसते तर स्वत:च्याच गुरुत्वाकर्षणाखाली सूर्याचे आकुंचन झाले असते. हे गुरुत्वाकर्षण किती प्रखर आहे याची एवढ्यावरून कल्पना येईल. या गुरुत्वाकर्षणाला प्रतिकार करणारे दाब नसते तर सूर्य निव्वळ २९ मिनिटांत आकुंचन होऊन बिंदुवत झाला असता!

ताऱ्यांचा स्फोट

प्रत्येक ताऱ्याचा आकार टिकून राहण्यासाठी त्याचा आतील दाब आणि गुरुत्वाकर्षण यांत समतोल असणे आवश्यक असते. परंतु हा समतोल नेहमीच टिकून राहील असे नाही. विशेषत्वाने सूर्याच्या वस्तुमानाच्या ५ पट जास्त वस्तुमान असलेल्या ताऱ्यात हा समतोल बिघडतो. त्याच्या आतल्या भागात गुरुत्वाकर्षण वरचष्मा गाजवते तर त्याच्या बहिरंगावर दाब फार वाढतात. या परिस्थितीत ताऱ्यांचे अंतरंग भरभर आकुंचन पावते तर त्याचे बहिरंग बाहेर फेकले जाते. यालाच 'ताऱ्याचा स्फोट' म्हणतात. आणि अशा परिस्थितीला पोचलेल्या ताऱ्याला 'सुपर नोव्हा' म्हणतात. सुपर नोव्हा स्फोटात प्रचंड प्रमाणात ऊर्जेचा उद्रेक होतो. स्फोटानंतर एक दोन दिवस इतकी ऊर्जा बाहेर पडते की, ताऱ्याचे तेज पुष्कळ वाढते. १०० अब्ज तारे असलेल्या आपल्या आकाशगंगेतून जितक्या प्रमाणात प्रकाश बाहेर पडतो

त्याहूनही जास्त प्रमाणात अशा स्फोटातून प्रकाश बाहेर पडतो. मात्र हे तेज फार वेळ टिकत नाही. त्यामुळेच क्रॅब सुपर नोव्हा स्फोटानंतर एक दोन दिवसच दिवसा दिसू शकला. तेज कमी झाल्यावर तो रात्री काही महिने दिसला असणार. पुढे तेज आणखी कमी झाल्यावर रात्रीच्या आकाशातूनही तो अदृश्य झाला.

सुपर नोव्हातून ऊर्जा अनेक स्वरूपात बाहेर पडते. क्रॅबमधून रेडिओ लहरी व क्ष किरण बाहेर पडतात. विश्वकिरणे, म्हणजे जवळ जवळ प्रकाशाच्या गतीने जाणारे मूलकण आणि अणुगर्भ देखील अशा स्फोटातून बाहेर पडतात. स्फोटाचे रौद्र स्वरूप लक्षात घेता जर असा स्फोट सूर्यमालेच्या आसमंतात म्हणजे सुमारे ५० प्रकाश वर्षे अंतरापर्यंत झाला तर पृथ्वीवरील जीवसृष्टीचा निभाव लागणार नाही. (१ प्रकाश वर्ष म्हणजे सुमारे १०० खर्व किलोमीटर). सुदैवाने ताऱ्यांचे स्फोट सारखे सारखे होत नाहीत. त्यामुळे आपल्या परिसरात असा स्फोट होण्याची संभाव्यता कमीच आहे.

पल्सार

१९६८ साली केंब्रिज विद्यापीठातली एक संशोधन करणारी विद्यार्थिनी जॉसलिन बेल हिला एक चमत्कारिक गोष्ट आढळली. रेडिओ लहरींचे वेध घेताना तिला एका ठरावीक भागातून अत्यंत नियमितपणे रेडिओ सिग्नल येत आहेत असे दिसून आले. हे सिग्नल स्पंदनाच्या स्वरूपाचे होते. म्हणजे त्या लहरींचा खालीवर होण्याचा साचा एका ठरावीक काळानंतर पुन्हा पुन्हा येत होता. हा आवृत्तिकाळ सुमारे ४/३ सेकंद (चार तृतीयांश) इतका होता.

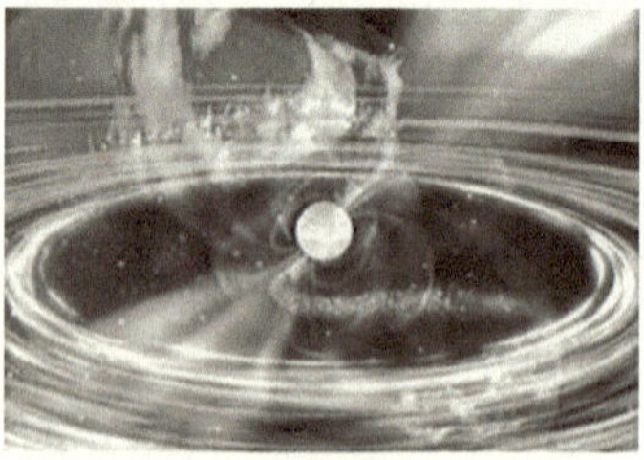

पल्सार

असे नियमितपणे येणारे संदेश एखाद्या परकीय जीवसृष्टीकडून तर येत नसावेत? जर ही जीवसृष्टी आपपल्याप्रमाणेच एखाद्या ग्रहावर वसत असेल तर तो ग्रह कुठल्यातरी ताऱ्याभोवती फिरत असणार. अशा फिरण्यामुळे त्या संदेशाच्या आवृत्तिकाळात चढ-उतार उपेक्षित होता. तसा चढ-उतार आढळून न आल्याने हे संदेश एखाद्या ग्रहाकडून येत असावेत ही शक्यता नाकारण्यात आली. मग ह्या संदेशांचा उगम कशात होता?

इतक्या नियमितपणे आणि इतक्या भरभर संदेश पाठवणारी कुठलीही 'निर्जीव' वस्तू खगोलशास्त्रज्ञांना त्या काळी माहीत नव्हती. ज्या अर्थी आवृत्तीकाळ इतका लहान आहे, त्या अर्थी ती वस्तू आकाराने लहान असणार. निदान सूर्यापेक्षा तरी

पुष्कळ लहान असणार, यात शंका नव्हती. १९६८ पर्यंत दिसलेले सर्वांत छोटे तारे 'श्वेत बटू' म्हणून ओळखले जात. यांची सरासरी घनता सूर्याच्या घनतेच्या दश लक्ष पटीने जास्त आणि सरासरी व्यास सूर्यापेक्षा १०० पटीने कमी असतो. परंतु श्वेत बटूंत घडणाऱ्या बदलांचा आवृत्तिकाळ काही मिनिटांचा असू शकतो. सेकंदा सेकंदात बदल घडेल असा तारा श्वेत बटू पेक्षाही पुष्कळ लहान आणि पुष्कळ घन पाहिजे.

खगोलशास्त्रज्ञांनी अशा लहानग्या ताऱ्याच्या अस्तित्त्वाची कल्पना पूर्वी मांडली होती. जेव्हा सुपर नोव्हाचा स्फोट होतो तेव्हा त्याच्या अंतरंगाचे आकुंचन होत जाते हे आपण पूर्वीच पाहिले. अशा आकुंचनामुळे आतील मूलकण, इलेक्ट्रॉन आणि प्रोटॉन यांचे रूपांतर न्यूट्रॉनमध्ये होते आणि अशा न्यूट्रॉनचा एक तारा तयार होतो. याची घनता पाण्याच्या घनतेच्या सहस्त्रखर्व पट इतकी असू शकते आणि त्याचे आकारमान इतके लहान असते की, त्याचा व्यास २० ते ४० किलोमीटर पेक्षा जास्त नसावा!

जॉसलिन बेलला सापडलेला रेडिओ किरणांचा स्त्रोत अशा न्यूट्रॉन ताऱ्यात असावा असा निष्कर्ष खगोलशास्त्रज्ञांनी काढला. तिचे गुरु अन्थनी ह्यूइश यांनी ह्या स्त्रोताचे नामकरण 'पल्सार' असे केले. पुढे थॉमस गोल्ड यांनी केलेली पल्सारची कारणमीमांसा आता बहुजनमान्य झाली आहे. गोल्ड यांचे विधान असे - न्यूट्रॉन तारा पृथ्वीप्रमाणे आपल्या अक्षाभोवती फिरतो. पृथ्वीप्रमाणेच त्याचे चुंबकीय उत्तर आणि दक्षिण ध्रुव ताऱ्याच्या फिरण्याच्या अक्षापेक्षा वेगळ्या अक्षांवर असतात. न्यूट्रॉन ताऱ्याभोवती विद्युत्‌कणांचे वलय असते. हे विद्युत्‌कण जेव्हा ताऱ्याच्या चुंबकीय क्षेत्रातून फिरवले जातात तेव्हा त्यातून रेडिओ लहरी बाहेर पडतात. ताऱ्याचा परिभ्रमण काळ सेकंदाच्या आसपास असल्याने ह्या रेडिओ लहरींच्या प्रक्षेपणात ठरावीक आवृत्तिकाळ दिसून येतो.

क्रॅब नेब्युलामध्ये पल्सार सापडला आहे. परंतु अपेक्षेप्रमाणे इतरत्र जेथे जेथे सुपरनोव्हांचे अवशेष सापडलेत तेथे पल्सार सापडले नाहीत. त्याच प्रमाणे आजपर्यंत सापडलेल्या ३००च्या वर पल्सारांपैकी दोन तीन पल्सारच असे आहेत ज्यांचा सुपरनोव्ह्यांशी संबंध लावता येईल. तेव्हा पल्सारचा उगम सुपरनोव्ह्यातच होतो का अशी शंका काही शास्त्रज्ञ व्यक्त करतात.

कृष्णविवर

आपण एखादा चेंडू वर फेकला की, तो परत खाली येतो. जितक्या जास्त वेगाने आपण तो वर भिरकावू तितका तो जास्त वर जातो. पण शेवटी खाली

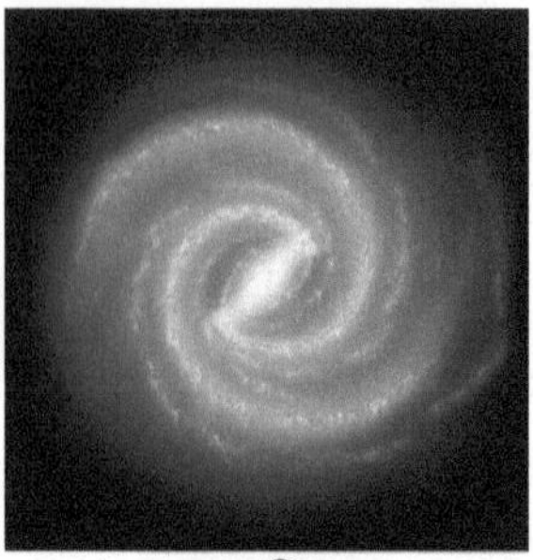

कृष्णविवर

येतोच. कारण पृथ्वीचे गुरुत्वाकर्षण त्याला खेचून आणते. अशी काही वेगमर्यादा आहे का की, जी ओलांडल्यावर फेकलेला चेंडू परतच येणार नाही? ज्या अर्थी अपोलो, व्हायकिंग व व्हॉयेजर सारखी याने पृथ्वीपासून लांब लांबचे पल्ले गाठू शकली त्या अर्थी अशी वेगमर्यादा असली पाहिजे.

न्यूटनच्या सिद्धांतावर आधारलेले गणित सांगते की, ही वेग मर्यादा सेकंदाला ११.२ किलोमीटर (ताशी ४०,००० कि.मी. पेक्षा जास्तच!) इतकी आहे. या वेगमर्यादेस 'सुटकेचा वेग' म्हणतात. जितके गुरुत्वाकर्षण प्रखर तितका सुटकेचा वेग जास्त. चंद्रावर सुटकेचा वेग पृथ्वीपेक्षा कमी तर सूर्यावर जास्त. न्यूट्रॉन ताऱ्याच्या गुरुत्वाकर्षणातून सुटका करून घेण्यासाठी लागणारा वेग प्रकाशाच्या वेगाच्या तृतीयांशापर्यंत असतो. अशी कुठली वस्तू विश्वात असेल काय जिच्या प्रखर गुरुत्वाकर्षणापासून प्रकाशालाही सुटका करता येणार नाही? अशी वस्तू असावी असे खगोलशास्त्रज्ञांना वाटते. अशा वस्तूला 'कृष्णविवर' म्हणतात.

कृष्णविवर कसे अस्तित्त्वात येऊ शकेल हे आपल्याला एका काल्पनिक उदाहरणावरून कळेल. अशी कल्पना करा की, एक राक्षस आपल्या पृथ्वीला सर्व बाजूंनी दाबत चालला आहे. जर त्याने दाबून दाबून पृथ्वीचा व्यास सध्याच्या एक चतुर्थांश केला तर काय होईल? आपली सर्वांची वजने सोळा पटीने वाढली आहेत असे आपल्याला जाणवेल. इतक्या वजनदार देहाची हालचाल करणे मुश्किल होणार यात शंका नाही! इतक्या प्रखर गुरुत्वाकर्षणावर मात करून एखादे अपोलो सारखे आकाशयान चंद्राकडे पाठवणेही अधिक अवघड होणार. कारण पृथ्वीपासून दूर जाण्यास सुटकेच्या वेगाची मर्यादा सेकंदाला ११.२ वरुन २२.४ किलोमीटर वर गेलेली असणार. पण राक्षसाने पृथ्वी दाबण्याचे काम चालूच ठेवले तर एक परिस्थिती अशी येईल की, हा सुटकेचा वेग वाढत वाढत प्रकाशाच्या वेगापर्यंत म्हणजेच सेकंदाला ३ लक्ष किलोमिटर इतका मोठा होईल. अशा परिस्थितीला पोचलेल्या पृथ्वीचा व्यास किती असेल? सुमारे दीड सेंटीमीटर!

प्रत्यक्षात पृथ्वी दाबायला राक्षस येणार नाही किंवा असे कुठलेही नैसर्गिक बळ अस्तित्त्वात नाही, ज्यामुळे पृथ्वी दाबली जाऊन तिचे कृष्णविवर बनेल. मात्र

जर सूर्यापेक्षाही अधिक वस्तुमानाचा तारा एका विशिष्ट स्थितीला येऊन पोचला असेल तर त्याचे कृष्णविवर होऊ शकेल. ही विशिष्ट स्थिती केव्हा येते?

आपण सुपरनोव्हा स्फोटाचे उदाहरण क्रॅब नेब्युलात पाहिले. स्फोट झालेला तारा आपले बहिरंग बाहेर झोकून देतो आणि त्याच्या अंतरंगातून पल्सार निर्माण होण्याची शक्यता असते. पण जर अशा ताऱ्याच्या अंतरंगाचेच वस्तुमान सूर्यापेक्षा तिपटीहून जास्त असेल तर ह्या अंतरंगाचे आकुंचन सुरू होते. या आकुंचनाला कारण असते ताऱ्याचेच स्वतःचे गुरुत्वाकर्षण. एकदा या आकुंचनाला सुरुवात झाली की, ती थोपवून धरता येत नाही. उलट आकुंचनाचा वेग वाढतच जातो. अशा परिस्थितीला गुरुत्वीय अवपात म्हणतात. आणि याचे पर्यवसान होते कृष्णविवरात.

सिग्नल क्ष-१

हा सर्व शास्त्रज्ञांच्या कल्पनाशक्तीचाच खेळ आहे की, ह्या मागे काही पुरावा आहे? 'कृष्णविवर मला दिसले' हे विधान अर्थातच कोणी करू शकणार नाही. कारण कृष्णविवरातून प्रकाशच बाहेर पडत नाही. काळीकुट्ट वस्तू 'दिसणार' कशी?

कृष्णविवर अदृश्य असले तरी त्याच्या गुरुत्वाकर्षणाचा परिणाम इतर वस्तूंवर होतोच. या गोष्टीचा फायदा घेऊन झल्डोविच व सन्यायेव्ह ह्या रशियन खगोलशास्त्रज्ञांनी अशी कल्पना मांडली. समजा दोन तारे एकमेकांभोवती फिरत आहेत. त्यापैकी एकाचा स्फोट होऊन त्यातून वर सांगितल्याप्रमाणे कृष्णविवर तयार झाले. हे कृष्णविवर अदृश्य असल्यामुळे त्याचा शेजारी ताराच फक्त चकरा मारताना दिसेल. दोन तारे एकमेकाभोवती फिरतात ही जरी सामान्य घटना असली तरी केवळ एक तारा गोल कक्षेत फिरताना दिसल्यास ती असामान्य घटना म्हटली पाहिजे. असा तारा दिसल्यास त्याच्या शेजारी कृष्णविवर आहे असा निष्कर्ष काढणे शक्य होईल. इतकेच नव्हे. कृष्णविवर शेजारच्या ताऱ्याकडून त्याच्या पृष्ठभागावर असलेल्या पदार्थांना ओढून घेते. अशा पदार्थांचा वायूच ताऱ्यापासून कृष्णविवराकडे वाहू लागतो आणि अशा वेगवान वायूतून क्ष किरणे निघतात. झल्डोविच आणि सन्यायेव्ह यांच्या ह्या सिद्धांताला पडताळून पाहणे शक्य झाले. कारण १९६०-७० च्या दरम्यान क्ष किरणांचे खगोलशास्त्र अस्तित्वात आले. अंतराळात वातावरणावर जाऊन उपग्रहांद्वारे क्ष किरणांचे वेध घेणे शक्य झाल्यावर विश्वात अनेक क्ष किरणांचे स्रोत आढळून आले. अशा स्रोतांपैकीच एक होता सिग्नल क्ष-१. कर्क राशीत

असलेल्या या स्त्रोताजवळ एक तारा गोल फिरताना आढळला. त्याच्या शेजारी न दिसणारा तारा कृष्णविवराच्या स्वरूपात असेल का?

ह्या प्रश्नावर गेल्या दहा वर्षांत बरीच चर्चा झाली. अदृश्य ताऱ्याचे वस्तुमान सूर्यापेक्षा आठ पटीने जास्त असावे असे गणित सांगते. कृष्णविवराखेरीज अन्य कुठल्याही स्वरूपात इतक्या अधिक वस्तुमानाचा अदृश्य तारा खगोलशास्त्रज्ञांना अद्याप माहीत नाही. पल्सार मधले न्यूट्रॉन तारे अदृश्य आहेत पण त्यांचे वस्तुमान सूर्यापेक्षा २ ते २।। पटींपेक्षा जास्त असू शकत नाही. म्हणून हा तारा कृष्णविवराच्या स्वरूपातच असावा असा दावा बहुसंख्य खगोलशास्त्रज्ञ करतात.

पण खगोलशास्त्राने इतक्या नवीन गोष्टींची भर विज्ञानात घातली आहे की, वरील पर्याय हाच एकमेव पर्याय आहे, असे ठामपणेही सांगता येत नाही. सिग्नल क्ष-१ सारखी आणखी उदाहरणे मिळाल्यास कृष्णविवर सापडले का नाही ह्या प्रश्नाचा छडा लावता येईल.

ही मालिका आणखी पुढेही लांबवता येईल. रेडिओ स्त्रोत; क्वेसार, विश्वकिरणे, सभोवतालचे सूक्ष्मतरंगाचे प्रारण, स्फोट होणाऱ्या आकाशगंगा इत्यादी अनेक विचित्र घटना विश्वाचे एक आगळेच दर्शन घडवतात. शेवटी इतकेच सांगावेसे वाटते की, हे शास्त्रज्ञाला दिसत असणारे 'विश्वरूप दर्शन' कितीही गूढ आणि अद्‌भूत असले तरी त्याचा छडा लावण्याचा त्याचा प्रयत्न चालूच राहणार. कारण अशा प्रयत्नांतूनच खगोलशास्त्राची आणि विज्ञानाची वाढ होत जाते.

● ● ●

१०.

गॅलिलिओने घडवून आणलेली क्रांती

संयुक्त राष्ट्रसंघाने २००९ हे खगोल विज्ञानाला समर्पित वर्ष म्हणून घोषित केले होते. जनमानसात खगोलशास्त्राबद्दल रुची उत्पन्न करावी, वाढवावी याकरिता सर्व देशात विविध मार्गांनी प्रयत्न केले गेले. व्याख्याने, रेडिओ-टीव्हीवर कार्यक्रम, प्रदर्शने, तारांगणातील खास शो, पुस्तके आणि लेख यांच्या माध्यामांचा यासाठी वापर होईल. पण या सर्व उपद्व्यापासाठी २००९ हे वर्ष का निवडण्यात आले? त्यामागचा इतिहास थोडक्यात असा...

चारशे वर्षांपूर्वी म्हणजे १६०९ साली गॅलिलिओने असा एक शोध लावला, ज्यामुळे खगोलशास्त्रात एक क्रांती झाली. दुर्बिणीचा शोध काही महिन्यांपूर्वी लागला होता आणि पृथ्वीतलावर त्याचा उपयोग किती महत्त्वाचा आहे ते दिसून येत होते. एखाद्या सैन्याच्या सेनापतीला दूरस्थ शत्रूच्या गोटातल्या 'गुप्त' हालचाली दुर्बिणीतून पाहता येत. डोंगराळ भागात वाट चुकलेल्या वाटसरूला मार्गी लावायला दुर्बीण मदत करे, तर याच न्यायाने दूरच्या गोष्टी जवळ आणू पाहणारी दुर्बीण आकाशस्थ पिंडांचे स्पष्ट दर्शन घडवून आणेल का?

१६०९ मध्ये गॅलिलिओने दुर्बिणीचा आकाशदर्शनासाठी वापर करून खगोलवेधात क्रांती घडवून आणली. त्याची आठवण म्हणून चारशे वर्षांनंतर, आपण २००९ हे वर्ष खगोल विज्ञानाला वाहिलेले वर्ष म्हणून साजरे केले.

गॅलिलिओसारख्या इटलीतील भौतिक शास्त्रज्ञाला प्रयोग करायची हौस होती. त्याने सामान्य दुर्बिणीत काही बदल करून तिचे तोंड आकाशाकडे वळवले, तेव्हा १६०९ वर्ष उजाडले होते.

खगोल दुर्बिणी तयार करताना आणि त्या योग्य ठिकाणी स्थानापन्न करताना प्रदूषणाचा मुद्दा विचारात घ्यावा लागतो.

जायंट मीटर वेव्ह रेडिओ टेलिस्कोप (जी.एम.आर.टी.) :

पुण्यापासून नव्वद किलोमीटर अंतरावर नारायणगांवजवळ मीटर वेव्हलेंग्थ लांबीच्या रेडिओ लहरींचा वापर करून विश्वाचा वेध घेणारी ही दुर्बीण बांधली जात आहे. जगात अमेरिका, युरोप आदि सधन प्रगत देशांनी अशी दुर्बीण तयार केली नाही. कारण त्या देशात औद्योगिकरण इतके वाढले आहे की त्यापासून मीटर वेव्हलेंग्थवर विलक्षण गोंगाट तयार होतो. विश्वातील दूरदूरच्या स्त्रोतांकडून मीटर लांबीची रेडिओ किरणे या गोंगाटात बुडून जातात. मात्र भारतातील औद्योगीकरण तितके पुढे गेले नसल्याने इथे असला गोंगाट कमी.

या शतकातली पहिली मोठी दुर्बीण म्हणजे अडीच मीटर व्यासाची हुकर दुर्बीण, लॉस ऐंजलिस शहरापासून पन्नास-साठ मैलांवर तिची स्थापना झाली. शहरापासून दूर साडेपाच हजार फुटांच्या माऊंट विल्सन शिखरावर बांधलेली ही दुर्बीण फार कार्यक्षम ठरली. पण......

सुमारे साठ एक वर्षांनी लॉस एंजेलिस शहराचा वाढता पसारा दुर्बिणीला त्रासदायक ठरू लागला. 'प्रकाश प्रदूषणा'मुळे आकाश पूर्वीइतके काळेकुट्ट राहिले नाही. त्यामुळे या दुर्बिणीच्या कर्तबगारीवर मर्यादा आल्या. आता पुण्यातील 'आयुका' ह्या संस्थेने, मंचरपासून सुमारे वीस किलोमीटरवर गिरवली जवळील टेकडीवर एक अद्ययावत २ मीटर व्यासाची दुर्बीण उभारली आहे. सध्या ही जागा अनेक दृष्टींनी दृश्य प्रकाशाच्या दुर्बिणीसाठी उपयुक्त आहे. पण ती तशी राहण्यासाठी प्रकाश प्रदूषण होऊ नये याची खबरदारी घ्यावी लागेल.

दुर्बिणीतून दिसणारे विश्व पाहून गॅलिलिओ चकित झाला. साध्या डोळ्यांनी गुळगुळीत पृष्ठभागाचा वाटणारा चंद्र उंच सखल डोंगर व विवरे यांनी व्याप्त दिसत होता, तसेच सूर्याच्या प्रकाशित पृष्ठभागावर त्याला चक्क काळे डाग दिसले. आणि एक असाच अनपेक्षित शोध दुर्बिणीने लावला तो म्हणजे गुरू ग्रहाभोवती फिरणाऱ्या चार चंद्रांचा! तत्कालीन मत होते की विश्व पृथ्वीकेंद्रित आहे. असे असताना हे चार चंद्र पृथ्वीभोवती न फिरता गुरु ग्रहाभोवती का फिरतात? दुर्बिणीच्या या वापराने जनमानसात संभ्रम निर्माण झाला, त्यातून दिसते ते खरोखर तसे असते का? देवाने सृष्टीची निर्मिती निर्दोष स्वरूपात केली असताना चंद्राचा चेहरा 'खप्पड' कसा आणि सूर्यावर डाग कसे? आणि सर्व विश्व पृथ्वीभोवती फिरते असे मानणाऱ्या समाजाला गुरुभोवती चार चंद्र फिरतात हे कसे पटावे? त्यामुळे तत्कालीन समाजधुरीणांनी आणि धर्ममार्तंडांनी दुर्बिणीतून दिसणारे वास्तव नसून मायाजाल आहे, असा फतवा काढला. पण वैज्ञानिक सत्य अखेर मान्य करावेच लागते. गॅलिलिओची दुर्बीण विश्वाच्या वेधांची आजची उपकरणे पाहता लहानशी वाटते, पण ४०० वर्षांपूर्वी तिने केलेले मार्गदर्शन अमोल होते.

दुर्बिणीचा वापर हा गॅलिलिओच्या प्रयोगांवर भर देण्याच्या प्रवृत्तीचा एक नमुना! त्याकाळी तत्त्ववेत्ते शाब्दिक वादांत अडकून पडायचे तर गॅलिलिओ 'केवळ शाब्दिक चर्चा सोडा आणि प्रत्यक्ष पुरावा पाहा' असे म्हणून वादाचा निकाल, योग्य प्रयोग करून, ठरवीत असे. 'पुराव्याशिवाय विधान करू नये' ह्या मताचा तो कट्टर समर्थक होता.

कोपर्निकसच्या कार्याने त्याकाळी लोकप्रिय असलेल्या 'पृथ्वीकेंद्रित सिद्धांताला' धक्का बसला होता. त्यानंतर जवळजवळ शतक उलटले तेव्हा गॅलिलिओने कोपर्निकसचा पाठपुरावा करायला सुरुवात केली. पृथ्वी स्थिर असून सूर्य आणि इतर खगोलीय पिंड तिच्या भोवती फिरतात हा समज म्हणजे पृथ्वी केंद्रित सिद्धांत. तर कोपर्निकसच्या मते अंतराळात इतर ताऱ्यांच्या पार्श्वभूमीवर सूर्य स्थिर असून पृथ्वीसकट इतर ग्रह, उपग्रह आदी त्याच्या भोवती फिरतात. याला सूर्यकेंद्रित सिद्धांत म्हणतात.

जेव्हा गॅलिलिओने कोपर्निकसचे समर्थन केले तेव्हा धर्ममार्तंडांनी त्यावर आक्षेप घेतला. पृथ्वीकेंद्रित सिद्धांताला धार्मिक समर्थन होते तर सूर्यकेंद्रित सिद्धांताच्या प्रचारावर बंदी होती. ही बंदी न जुमानल्यामुळे गॅलिलिओवर धार्मिक खटला (इंक्वीजिशन) भरण्यात आला. खटल्यादरम्यान त्याला विचारण्यात आले,

निकोलस कोपर्निकस

गॅलिलिओ गॅलिली

''पृथ्वी जर फिरतेय तर तिच्या गतीचा पुरावा कोणता?'' ह्यावर गॅलिलिओने दिलेले उत्तर चुकीचे होत! तो म्हणाला की ज्या प्रमाणे भरलेल्या पेल्याला गतिमान केले तर त्यातील पाणी हेंदकाळते, तसेच समुद्राला भरती-ओहोटी येते कारण फिरणाऱ्या पृथ्वीवर तो हेंदकाळतो. वास्तविक भरती ओहोटीचे कारण चंद्र-सूर्याचे गुरुत्वाकर्षण हे आहे. पण गुरुत्वाकर्षणाचा नियम मांडला जाऊन प्रस्थापित व्हायला अजून काही दशकांचा अवधी होता. मात्र धर्ममार्तंडांना गॅलिलिओच्या स्पष्टीकरणात मुळातच रस नसल्याने त्यांनी त्याच्या उत्तरतील विधानांकडे दुर्लक्ष केले.

मग पृथ्वी फिरते, सूर्य स्थिर असतो हे कसे सिद्ध करायचे? त्याचे दोन पुरावे आज उपलब्ध आहेत. पृथ्वी सूर्याभोवती फिरत असेल तर आज आणि सहा महिन्यांनी तिची अंतराळातली जागा बदलेल. त्याच प्रमाणे एकंदर तारामंडलाच्या पार्श्वभूमीवर तिच्या गतीची दिशा पण उलटी होईल. या दोनही कारणांमुळे सभोवतालच्या तारामंडलातल्या ताऱ्यांची दिशा बदलते. जर पृथ्वी स्थिर असेल तर हे परिणाम शून्य असतील. गॅलिलिओच्या काळात दिशेतला सूक्ष्म बदल मापणे शक्य नव्हते. पण अठराव्या आणि एकोणिसाव्या शतकात हे परिणाम मोजणे शक्य झाले... आणि ते शून्य नव्हते ! म्हणजे पृथ्वी खरोखर फिरते आहे हे सिद्ध झाले.

• • •

११.

संपले मंगळाचे अमंगळत्व

१९५७ मध्ये जेव्हा अंतराळयुगाची सुरुवात करणारे स्पुटनिक पृथ्वी सोडून वर झेपावले तेव्हा मानवापुढे नवी आव्हाने उभी राहिली. अंतराळ युगात बरेच काही शक्य होणार होते.

दळणवळण सुकर करणारे कृत्रिम उपग्रह...

वरून पृथ्वीवर नजर टाकणारे उपग्रह..

ग्रहमालांचा जवळून अभ्यास करणारी अंतराळयाने...

पृथ्वीभोवती अंतराळात तरंगणाऱ्या वसाहती...

चंद्रावर मानवाचे पाऊल...

मंगळावर अभियान...

ही बहुतेक आव्हाने मानवाने सफलरीत्या पेलली. मॅरिनर, व्हॉएजरसारखी याने ग्रहांजवळून त्यांची छायाचित्रे घेऊ शकली. स्पेस शटलसारख्या उपक्रमांनी अंतराळातल्या वसाहतीच्या दिशेने झेप घेतली. दूरचित्रवाणी, फॅक्स, इलेक्ट्रॉनिक मेल आदी दळणवळणाचे प्रकार मानव जीवनाचे अविभाज्य घटक झाले आहेत. रिमोट सेंसिंगने पृथ्वीतलाचा इंच न इंच टिपला जातो.

चंद्रावर अनेक मानवी स्वाऱ्या झाल्या. आता आव्हान आहे मंगळाचे.

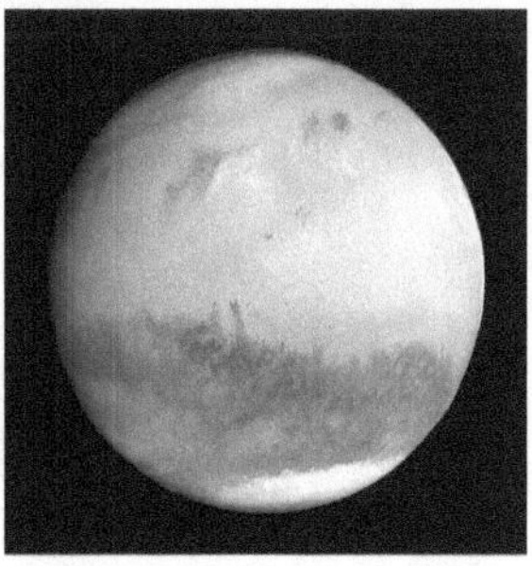

मंगळ ग्रह

१९७६ मध्ये दोन व्हायकिंग याने मंगळावर उतरून या आव्हानाला पण तोंड द्यायला सुरुवात झाली. पण मग दोन दशके त्या दिशेने काही झाले

नाही. आता पुन्हा नव्या जोमाने मंगळावर स्वाऱ्या आखल्या जात आहेत.

विज्ञान तंत्रज्ञानाला शक्य होण्यापूर्वीच विज्ञान कथांतून मंगळाशी संबंध साधला गेला. एच.जी. वेल्सची विख्यात कादंबरी 'द वॉर ऑफ द वर्ल्डस्' पुष्कळच गाजली. असे म्हणतात की, त्या कादंबरीचे नभोनाट्य रुपांतर ऐकून अमेरिकेतील पुष्कळांना खरेच वाटले की पृथ्वीवर मंगळवासीयांचे खरोखर आक्रमण झाले. या कादंबरीमध्ये मंगळवासी हल्लेखोर आपल्यापेक्षा खूप प्रगत आणि तंत्रज्ञानात शक्तिवान असले तरी अखेर पृथ्वीवरच्या जीवाणू-किटाणूंपूढे त्यांचे काही चालले नाही.

या तऱ्हेच्या गोष्टींना खतपाणी घातले होते पूर्वीच्या खगोल निरीक्षणांनी. जिओव्हानी शापरेल्ली याने मंगळाचा पृष्ठभाग दुर्बिणीतून १८७७ मध्ये पाहून असे निदान केले होते की तिथे मोठाले कालवे आहेत. अर्थात असे सरळ आखलेले कालवे नैसर्गिक नसणार. त्यांची निर्मिती करणारे तंत्रज्ञान खूपच प्रगल्भ असणार आणि त्या अर्थी मंगळावर प्रगत ज़ीव असणार असा एक समज होता.

नंतरच्या निरीक्षणांनी हे तर्क चुकीचे ठरविले तरी मंगळाबद्दल कुतूहल काही शमले नाही. विविध विज्ञानकथांमधून मंगळाला लोकप्रियता लाभत गेली. कारण काही झाले तरी तो बराचसा पृथ्वीसारखा व पृथ्वीचा जवळचा शेजारी ग्रह नव्हे का? मंगळावरच्या पर्यावरणाचा विचार करता देखील तेथे जीवसृष्टी आज नाही तरी पूर्वी होती, अशी कल्पना करणे अवघड नाही. पण विज्ञानकथाविश्वातून वास्तवाकडे आले की काय दिसते?

मंगळावरचे वास्तव

मंगळ हा सूर्यापासून २२.५ कोटी किलोमीटर अंतरावर फिरणारा (आतून मोजल्यास चौथा) ग्रह. अर्थात पृथ्वीला सूर्याभोवती एक चक्कर मारायला एक वर्ष लागते तर मंगळाला सुमारे बावीस महिने म्हणून दोघांतले अंतर कमी जास्त होत असते.

पाथ फाइंडरने पाठवलेले चित्र : सोजर्नर रोव्हर आणि त्याच्यासाठी वापरलेले रॅम्प

आकाराने मंगळ पृथ्वीपेक्षा लहान. सुमारे निम्मा व्यास असलेला. मंगळावर आपले वजन पृथ्वीवरील वजनापेक्षा सुमारे चाळीस टक्केच भरेल. मंगळावरचा एक दिवस पृथ्वीवरच्या दिवसापेक्षा सदतीस मिनिटांनी मोठा. मंगळाचा पृष्ठभाग लालसर दिसतो. (त्याला लाल ग्रह देखील म्हणतात. कारण त्याच्या मातीत प्रामुख्याने लोखंडाचे ऑक्साईड आहे. म्हणून मंगळावरच्या वातावरणात ऑक्सिजन कमी असावा. जर पृथ्वीवर वनस्पती नसती तर ऑक्सिजनची निर्मिती झाली नसती आणि उरलासुरला ऑक्सिजन असाच ऑक्साईडमध्ये रूपांतरित होऊन गेला असता आणि पृथ्वीही लालसर दिसली असती. मंगळावर मुख्यत्त्वेकरून कार्बन डायऑक्साईडचे विरळ वातावरण आहे.

मंगळावर राहू इच्छिणाऱ्यांनी आणखीही काही अडचणींचा विचार करावा. मंगळाररचे तापमान दिवसा २५ सेल्सियसपर्यंत जात असले तरी सूर्यास्तापर्यंत शून्याखाली ७० अंश तर रात्री शून्याखाली १२० अंशापर्यंत घसरते. धुळीचे प्रचंड वारे वाहतात. मंगळावरचा सर्वोच्च डोंगर 'ऑलिंपस मान्स' आपल्या एव्हरेस्टच्या तिप्पट उंच आहे. तसेच ग्रँड कॅनियनपेक्षा प्रचंड मोठी दरी सहा कि.मी. खोल आणि ८० ते १२० कि.मी. रुंद जवळ जवळ ४००० कि.मी. पर्यंत पसरलेली आहे.

परंतु अशा बिकट परिस्थितीतसुद्धा मंगळावर जीवसृष्टी असेल का हा प्रश्न सतत उपस्थित केला जातो आहे. कारण इतर ग्रहांपेक्षा त्यातल्या त्यात पृथ्वीशी साम्य असलेला हा सूर्यमालेतला एकुलता एक ग्रह. बुध आणि शुक्र हे सूर्याच्या फार जवळ आणि त्यामुळे त्यातील वातावरण, तापमान आदी जीवनासाठी उपयुक्त नाहीत. तर उलट गुरुपासूनचे बाहेरचे ग्रह सूर्यापासून इतके लांब आहेत की जीवनावश्यक उर्जा पुरविणारा सूर्यप्रकाश फारच नगण्य प्रमाणात तिथपर्यंत येतो. गुरुपासून उष्णतेच्या रूपात त्याची स्वत:ची उर्जा निघते खरी पण महावेगाने वाहणाऱ्या तिथल्या वादळ वाऱ्यांना तोंड कोण देणार?

म्हणून मंगळावर मानवाने आपल्या आशा केंद्रित केल्या आहेत. तेथे जीवसृष्टी आहे का? होती का? या दृष्टीने तपास करण्यासाठी त्याने मंगळावर याने पाठविली व पुढेही पाठविणार आहे.

व्हायकिंग १ आणि २

१९७६मध्ये व्हायकिंग १ आणि २ ही याने मंगळावर धाडण्यात आली होती. त्यांनी मंगळाच्या पृष्ठभागाची जवळून घेतलेली बरीच स्पष्ट छायाचित्रे आहेत. त्यावरून मंगळाच्या पृष्ठभागाचे उत्तम दर्शन घडले. वाळवंटी माती रेतीचे थर

व्हायकिंग २ : मंगळावर माती उकरून तपासणारी यंत्रणा

जवळून पाहता आले. पण त्यावेळी सर्वात जास्त प्रसिद्धी मिळाली जीवसृष्टीचे अस्तित्व शोधणाऱ्या दोन प्रयोगांना. दोन्ही प्रयोगांनी नकारात्मक उत्तर दिले. निदान त्या उत्तरातून जीवसृष्टी आहेच असे सांगता येत नव्हते. उदा. मंगळावरील माती उकरून तपासण्यात आली. त्यातून काही वायू निघत होते. मातीतील जीवाणूतून, लहानग्या स्वरूपाच्या जीवसृष्टीतून असे वायू श्वसनामुळे येत असावेत. परंतु मंगळाच्या मातीतून, तेथील ऑक्साईडमधून देखील ऑक्सिजन निघू शकतो. म्हणून सूक्ष्मजीवातूनच हे वायू निघालेत असे निदान करता येत नाही. थोडक्यात प्रयोगांचे परिणाम अनिश्चित!

असेही म्हणतात की हे प्रयोग ॲन्टार्क्टिकामध्ये केले गेले तेव्हा देखील अनिश्चित उत्तरे आली... अर्थात अन्टार्क्टिकात जीवाणू आहेत हे इतर चाचण्यातून माहीत आहे. तेव्हा मंगळावरील प्रयोगाची विश्वासार्हता कमी होते.

म्हणून व्हायकिंग यानातून मिळालेल्या माहितीचा पाठपुरावा करणे आवश्यक आहे हे नक्की. परंतु १९८० च्या दशकापासून रशिया आणि अमेरिका दोघांच्या अंतराळ प्रकल्पाच्या दिशा बदलल्या. मॅरिनर, व्हॉयेजर, व्हायकिंगसारख्या, ग्रहांजवळ जाणाऱ्या अंतराळ स्वाऱ्यांपेक्षा 'स्पेस शटल' सारख्या वाहनांचा वापर अधिक महत्त्वाचा ठरला.

अशी वाहने रॉकेटद्वारा अंतराळात झेपावतात, पृथ्वी भोवती शेकडो किलोमीटर घिरट्या घालतात आणि एखाद्या विमानाप्रमाणे धावपट्टीवर उतरतात. पुढे मग पृथ्वीभोवती अंतराळस्थानके स्थापन करायला ही वाहने उपयोगी पडतात.

परंतु आता पुन्हा ग्रहांकडे अंतराळ याने पाठवायची वेळ आली आहे. गुरुच्या दिशेने जाणारे 'गॅलिलिओ' यान तर मंगळाकडे गेलेले पाथ फायंडर. दिवंगत शास्त्रज्ञ कार्ल सेगनचे नाव पाथ फायंडरच्या मंगळावर उतरणाऱ्या 'लँडर' ला दिले आहे. ह्या पुढे देखील मंगळावर क्रमाक्रमाने स्वाऱ्या झाल्या आणि होतीलही.

१९८४ मध्ये रॉबर्टा स्कोअर आणि काही सहवैज्ञानिकांना अंन्टार्क्टिका प्रदेशात ॲलन हिल्स नावाच्या भागात एक दगड दिसला. असपासच्या हिमाच्छादीत भूभागावर तो उठून दिसत होता. म्हणून त्यांनी तो विशेष तपासणीसाठी घेतला. त्याच्या अभ्यासातून निष्पन्न झाले की तो दगड मूळचा मंगळावरचा आहे. मग तो पृथ्वीवर कसा आला? त्यामागे तर्क असा -

मंगळावरील खडकाळ, वाळवंटी भूमीचे छायाचित्र

मंगळावर एखादा लघुग्रह आपटून पडलेल्या खड्ड्यातून दगड-धोंडे फेकले गेले, त्यातला हा दगड असावा. मंगळ आणि गुरू दरम्यान लघग्रहांचा एक पट्टा आहे. त्यातले लहान मोठे लघुग्रह कधी मंगळाच्या दिशेने येतात. (काही पृथ्वीजवळूनही गेलेले आहेत.) तेंव्हा अशी घटना असंभाव्य नाही.

असा हा दगड पृथ्वीच्या गुरुत्वाकर्षणाने खेचला जाऊन सुमारे १३००० वर्षांपूर्वी अंन्टार्क्टिकात पडला. हा ए.एल.एच. ८४००१ क्रमांकाचा दगड तपासणीत फार महत्त्वाचा ठरला. कारण त्याच्या आत खोलवर पॉलीसायक्लिक ॲरोमॅटिक हायड्रोकार्बन सापडले. हे तेथे कसे आले असावेत, हा प्रश्न उपस्थित होतो. एक मार्ग आहे जिवाणूं मार्फत... आणि इथेच शक्यता निर्माण होते की एके काळी मंगळावर जीवसृष्टी असावी.

शिवाय इलेक्ट्रॉन मायक्रोस्कोपद्वारे दगडाची छाननी करता त्यात सूक्ष्म जीवाश्म असल्याचा आभास मिळाला. हे केसाच्या सहस्रांशाइतके बारीक जीवाश्म ३.५ अब्ज वर्षांपूर्वीचे असावेत.

ही तर्कमालिका बरोबर की चूक हे मंगळावरील पुढच्या स्वाऱ्या ठरवतील. म्हणून या अभियानांना महत्त्व मिळाले.

पाथ-फाइंडरची यात्रा

मंगळावर यान धाडताना उर्जेची बचत, वेळेचा अपव्यय इत्यादी गोष्टी विचारात घ्याव्या लागतात. आपण आगगाडीतून वेगाने जात असताना डब्यातून एखादी वस्तू बाहेर फेकली गेली तर ती आगगाडीबरोबर पुढे धावत राहते, आणि जमिनीवर पडेपर्यंत दिसते. त्याचप्रमाणे पृथ्वीभोवती व आपल्या आसाभोवती फिरते तो वेग पृथ्वीवरून प्रक्षेपित केलेल्या अंतराळयानाला देखील आपोआप

मिळतो. हा वेग जर आपल्याला मंगळाकडे जाण्यासाठी आखलेल्या मार्गाकडे नेत असेल तर यानाला स्वत:ची ऊर्जा (वेगासाठी) वापरावी लागणार नाही. ही झाली आदर्श स्थिती, प्रत्यक्षात आपण ह्या स्थितीला पोचू शकलो नाही तरी जवळजवळ तशी स्थिती आणण्याचा प्रयत्न करतो.

पाथ फाइंडर

अशा प्रकारे विचार करून ४ डिसेंबर १९९६ रोजी पाथ फाइंडर यान यात्रेवर धाडण्यात आले. संपूर्ण प्रवासाचा टप्पा जवळजवळ पन्नास कोटी कि.मी. इतका होता. बरोबर सात महिन्यांनी ४ जुलै १९९७ रोजी (हा अमेरिकेचा स्वातंत्र्य दिन) पाथ फाइंडर मंगळावर उतरले. मात्र त्यावेळी पृथ्वी-मंगळ हे अंतर २० कोटी कि.मी. इतके होते.

काही वाचकांना प्रश्न पडेल की पृथ्वी आणि मंगळ एकमेकांजवळ असताना असा प्रवास का करू नये? सूर्याभोवती फिरताना पृथ्वी आणि मंगळ हे अंतर कमीजास्त होते हे खरे. पण जरी मार्ग शॉर्टकटचा असला तरी फार चढणीचा, काटेरी असेल तर पृथ्वीवरदेखील आपण लांबचा सुकर मार्ग निवडतो. ऊर्जेची बचत लक्षात घेऊन शास्त्रज्ञांनी जवळचा मार्ग न निवडता कमी ऊर्जेचा लांबचा मार्ग निवडला. सामान्यपणे आकाशातून पडणाऱ्या यानाला पॅराशूट लावून खाली आणण्यात येते. पॅराशूटची छत्री उघडली की तिच्या पृष्ठभागावर खाली उतरताना पडणारे हवेचे दाब यानाचा वेग कमी करतात नाहीतर यान खाली आपटून चक्काचूर झाले असते... मंगळावर वेगळा अनुभव येतो. इथे वातावरण पृथ्वीच्या तुलनेत विरळ असल्याने पॅराशूट तितके प्रभावी ठरत नाही. वेग कमी करण्यासाठी सॉलीड रॉकेट वापरावे लागते. अर्थात रॉकेट शिवाय पॅराशूटची मदत पाथ फाइंडरने घेतली.

पाथ फाइंडरची वैज्ञानिक उद्दिष्टे

पाथ फाइंडर यानाद्वारे मंगळाच्या एका निवडलेल्या क्षेत्राची तिथल्या पृष्ठभागाची सखोल तपासणी करायची होती. कारण काही वर्षांपूर्वी यानांनी मंगळावर घेतलेल्या छायाचित्रांत एक मोठा चेहरा दिसत होता. हा मानवी चेहरा प्रचंड डोंगरात कोणी कोरला असा प्रश्न काही लोकांनी उपस्थित केला होता. परंतु ती नैसर्गिक रचना होती असे आणखी चित्रांनी दाखविले. अशाच इतर ठिकाणी जनावरांच्या चेहऱ्याच्या रचना दिसतात. त्यामागे विशेष अर्थ काही नाही. म्हणून जिथे खरोखर मंगळभूमीबद्दल विशेष माहिती मिळू शकेल अशी जागा पाथ फाइंडर साठी निवडण्यात आली.

सोजर्नर रोव्हर

आरेस व्हॅलीस नावाने ओळखला जाणारा प्रचंड (पण निर्जल झालेला) कालवा विशेष अभ्यासासाठी निवडण्यात आला. उंचावरून वेगाने वाहात असलेल्या प्रचंड पुरामुळे हा मार्ग तयार झाला असावा. पुराच्या पाण्याबरोबर उंचावरून खडक दगड-धोंडे खाली आले असल्याने त्याचा अभ्यास करून त्या उंच भागाचीही माहिती मिळविण्यात आली. ही माहिती गोळा करण्याचे काम करण्यासाठी 'सोजर्नर रोव्हर' हे स्वयंचलित यान वापरण्यात आले. हे रोबॅटिक तंत्रज्ञानाचा भरपूर उपयोग करून दुरून सूचना दिल्यावर सांगितल्या ठिकाणी जाऊन तिथली दगड माती गोळा करून, त्यांची छाननी करणे आणि त्याच्या निर्मितीबद्दल निदान करणे अशी योजना होती.

एकंदरीत प्रकल्प किती वेळाचा आहे ते उपलब्ध ऊर्जा यंत्रणेवर अवलंबून असते. अर्थात सौर ऊर्जेचा वापर केला गेला. मूळ 'लॅण्डर' यान कमीत कमी तीस दिवस तर रोव्हर यान सात दिवस काम करू शकेल इतकी सोय केली होती. प्रत्यक्षात याने याहूनही जास्त टिकावीत अशी अपेक्षा आहे. पण नक्की किती ते सांगता येत नाही... वर्षभर चालेल इतकं काम योजले होते!

वास्तविक पुढे सुरू होणाऱ्या डिस्कव्हरी मिशनमधील अंतराळ यंत्रणेसाठी निव्वळ 'ट्रायल' म्हणून पाथ फाइंडरची योजना होती. मंगळावर यान संथपणे उतरू शकेल का? उतरताना गडगडले तर पुन्हा सरळ उभे राहू शकेल का? रोबोटिक यंत्रणा कशी काम करेल? तिचा आवाका कुठपर्यंत असेल? उर्जा निर्मिती यंत्रणा किती वेळ तग धरेल? ह्या सर्वांची चाचणी घेण्यासाठी हे अभियान होते. पण हे करता करता शास्त्रीय माहितीपण त्याने मिळवावी ही अपेक्षा होती.

शेवटी पाथ फाइंडरच्या कॅमेऱ्याने व्हायकिंगनंतर दोन दशकात झालेल्या प्रगतीचा अंदाज घेण्यात आला. कारण प्रत्यक्षात मंगळावरचे खडक-माती पृथ्वीवर आणली नाहीत. त्यांची चित्रेच काढण्यात आली. रेडीयन (कोन मोजायचे एकक) चा हजारावा भाग इतक्या बारकाईने दिशा सांगू शकणारा कॅमेरा १२ तऱ्हेचे वेगवेगळे फिल्टर वापरून मंगळभूमीचा अभ्यास करीत होता. स्टिरीओ चित्रे घेण्याची पण सोय होती. अर्थात संगणकीय प्रगतीचा सीसीडीचा फायदा चित्रीकरणासाठी घेण्यात आला. मंद प्रकाशातही चित्रीकरण करणे शक्य झाले.

आता जाता जाता एक प्रश्न, जर मंगळावर वेगाने वारे वाहतात तर त्यापासून ऊर्जा का घेऊ नये? पृथ्वीवर पवन चक्क्या चालतात तर मंगळावर का नाही या प्रश्नाचे उत्तर आहे मंगळावरील वातावरण पृथ्वीच्या शंभर पटीने विरळ आहे. त्यामुळे वारे अतिवेगाने वाहत असले तरी त्याच्यात चक्कीचे पंखे ढकलण्याची ताकद नाही.

भविष्याकडे...

मंगळाकडे अमेरिका, रशिया दोघे याने पाठवित राहणार आहेत. डिस्कव्हरी मार्स सर्व्हेयर प्रोग्रॅम, मार्स ९६ इ. ह्या सर्व स्वाऱ्यांमध्ये एक काळजी घेतली जाईल ती ही की पृथ्वीवरचे जीवाणू-कीटाणू मंगळावर जाऊ नयेत. यासाठी पाथ फाइंडर निर्जंतुक स्वच्छ करून पाठिवले होते. मात्र नुकतेच रशियाचे मार्स ९६ अभियान अयशस्वी ठरले. त्यातील अमेरिकेतले प्रयोग (पृष्ठभागाची रासायनिक तपासणी करणारे) फुकट गेले. अशा यशापयशातून वाट काढीत हे प्रकल्प पुढे जाणार. केंव्हातरी मंगळावर मानवी पावले पडतील, पण हे घडायला २१ वे शतक चतुर्थांश संपले असेल.

मानवी वास्तव्याला, मंगळ उपयुक्त आहे का नाही ते ठरायचे आहे. पण मंगळावरचे (संभाव्य) जीवाणू पृथ्वीवर येऊ नयेत तसेच पृथ्वीवरचे मंगळावर जाऊ नयेत यासाठी पुष्कळ खबरदारी घेतली जात आहे. २००५ मध्ये एक यान मंगळावर जाऊन परत येणार आहे. त्यावेळीही खबरदारी अत्यावश्यक आहे. तेथून आणलेले नमुने अलिप्त कसे ठेवायचे? ते कसे तपासायचे? त्यात सजीव असले तर ते पृथ्वीवर पसरू, वाढू नयेत त्यासाठी ग्वाही कशी घ्यायची? हे सर्व विचारात घ्यायला दोन खास प्रयोगशाळा अमेरिकेत उभ्या केल्या जात आहेत. जवळ जवळ वीस वर्षांपूर्वी इंग्लंडमधील प्रा.हॉएल आणि वेल्समधील प्रा. विक्रमसिंघे यांनी एक सिद्धांत मांडला, त्याद्वारे असे प्रतिपादन केले होते की पृथ्वीवरची जीवसृष्टी मुळात तिथे झाली नसून बाहेरून आली असेल. जर ॲलन हिल्स मधील दगड मंगळावरून सजीव नाही तर जीवाश्म घेऊन आला असला तरी अशी शक्यता बळावते. तेंव्हा आपण सगळे पृथ्वीवासी असलो तरी मूळचे मंगळावरून आलेलो असू... ही शक्यता नाकारता येत नाही!

टीप : भारताने स्वबळावर 'मंगळयान' यशस्वीपणे मंगळावर उतरवून आपली या क्षेत्रातील क्षमता निर्विवादपणे सिद्ध केली आहे, याचा एक शास्त्रज्ञ म्हणून मला अभिमान आणि आनंद वाटतो.

● ● ●

१२.

वैज्ञानिक चौकटीतून फलज्योतिषाचे मूल्यांकन

मी खगोलशास्त्राचा अभ्यासक आहे असे कळल्यावर मला जे अनेक प्रश्न विचारले जातात त्यात खालील प्रश्नांचा समावेश प्रामुख्याने असतो -

१) ग्रहांचा मानवजीवनावर प्रभाव पडतो का?
२) जन्मकुंडली मांडून त्या व्यक्तीबद्दल बरीच माहिती कशी सांगता येते?
३) पौर्णिमेच्या वेळी काही मानसिक रुग्णांवर विशेष परिणाम होतो असे म्हणतात त्यात तथ्य आहे का?
४) फलज्योतिष हे विज्ञान आहे का?

या प्रश्नांची वैज्ञानिक दृष्टिकोनातून दखल घेणे आवश्यक आहे. कारण हा दृष्टिकोन आपल्या समाजात रुजवण्याची धडपड गेली अनेक वर्षे चालू आहे आणि तो रुजवताना असे आढळून येते की फलज्योतिष हे समाजात भक्कम प्रकारे रुजलेले आहे. राजकीय पुढारी, व्यापारी वर्ग, सुशिक्षित - डिगऱ्या मिळवलेली माणसे सुद्धा फलज्योतिष्यावर प्रकटपणे किंवा आडून विश्वास ठेवताना दिसतात. मग अशिक्षितांची काय कथा?

फलज्योतिष हे विज्ञानावर आधारलेले आहे का? ह्या प्रश्नाचे उत्तर जर वैज्ञानिक चौकटीतून हवे असेल तर ते तडकाफडकी देता येणार नाही. ज्याप्रमाणे रोग्यांची नीट तपासणी न करता त्याला औषधे देणे वैज्ञानिक चौकटीत बसत नाही तसेच परीक्षण केल्याशिवाय फलज्योतिषाला 'अवैज्ञानिक' घोषित करणे सयुक्तिक ठरत नाही. थोडक्यात फलज्योतिषाची वैज्ञानिक चाचणी काय म्हणते?

आजपर्यंत अशी अनेक परीक्षणे झाली आहे. विज्ञानाचे निकष लावून फलज्योतिषाची भाकीते पडताळून पाहण्यात आली आहेत अशातून काय निष्पन्न झाले ते आपण आता पाहू या.

म्हणजे ओघाओघान वर नमूद केलेल्या प्रश्नांची उत्तरेपण मिळतील.

गृहीतकांचा आणि नियमांचा अभाव?

विज्ञानाच्या कुठल्याही शाखेत काही गृहीतके आधारभूत मानली जातात आणि त्या विशेष विषयाचे काही निश्चित नियम असतात. त्या विषयातून उद्‌भवणारी भाकीते त्या गृहीतकांत व नियमांद्वारे केली जातात. त्या भाकीतांची सत्यासत्यता पडताळून पाहणारे प्रयोग व्यक्ती निरपेक्ष असतात आणि त्यांची पुनरावृत्ती होऊ शकते. प्रयोग करणारा कोणी का असेना त्याने ठरलेल्या कार्यप्रणालीनुसार जर प्रयोग केले तर ते नेहमी तीच उत्तरे देतील. विज्ञानाच्या शिस्तीची ही उदाहरणे आहेत.

फलज्योतिषात ही शिस्त पाळली जाते का? त्या विषयाची गृहीतके निश्चित सांगितली जात नाहीत. सांगितली तरी त्यात सगळीकडे सारखेपणा नाही. नियमांचेही तसेच... मग भाकीते तरी निश्चित स्वरूपाची आणि व्यक्ती निरपेक्ष कशी असणार? नवीन वर्षाच्या आरंभी वृत्तपत्रांत देशातल्या काही प्रसिद्ध फलज्योतिषांची 'यंदा कोणत्या महत्त्वाच्या घटना घडणार' या बाबतची भाकीते प्रसिद्ध होतात. त्याची तुलना करून पाहावी म्हणजे वरील विधानाचा प्रत्यय येईल.

या आक्षेपाला उत्तर देताना फलज्योतिषाचे समर्थक म्हणतात की हवामानाचा अंदाज हा देखील या आक्षेपांना पात्र ठरतो. मग त्याला तरी विज्ञान का म्हणायचे? या टीकेबाबतीत थोडा खुलासा आवश्यक आहे.

हवामान कसे असेल हे ठरवण्याकरता पृथ्वीभोवतालच्या वायुमंडळाची सविस्तर माहिती हवी. हवा, वाफ, पाणी, बर्फ, ढग इत्यादींची आजची स्थिती. त्यांच्या गतीत होणारे बदल, त्यात स्थानीय भूभागाच्या रचनेचे परिणाम. मानवी व्यापारांमुळे वातावरणावरील परिणाम इत्यादी अनेक गोष्टींचा समावेश होतो. या मागचे गणित आणि भौतिक शास्त्राचे सिद्धांत जरी माहीत असले तरी ते सोडवून हवामानाचे भाकीत करण्याकरता महासंगणकाची आवश्यकता आहे. अलीकडे उपग्रहाद्वारे वायुमंडलाची माहिती मिळू लागली आहे त्यामुळे हवामानाची भाकीतं जास्त बिनचूक होत चालली आहेत. थोडक्यात फलज्योतिष आणि हवामानशास्त्र ह्या दोघांना एकाच माळेत बसवणे योग्य नाही.

विज्ञानाच्या अनेक शाखा सुरुवातीला अनुभवाधिष्ठित स्थितीतून गेल्या आहेत. जेव्हा त्या शाखांचे मूळ नियम निश्चित नव्हते आणि प्रयोग व निरीक्षण यांच्यातून दिसून येणाऱ्या अनुभवावरून ते शोधण्याचे काम चालू होते. अशा वेळी प्रयोग पुन्हा पुन्हा केले जात. वेगवेगळ्या व्यक्तीद्वारे केले जात आणि त्यातून हळूहळू तो आकृतीबंध तयार होई आणि त्या आकृतिबंधावरून त्याच्या मुळाशी असलेले नियम शोधले जात.

फलज्योतिषामध्ये असा आकृत्तीबंध सापडतो का ते पाहण्याचे काम अनेक वैज्ञानिकांनी केले आहे. त्याचे काही नमुने पाहू.

फलज्योतिषाच्या चाचण्या

बर्नी सिल्व्हरमन ह्या मिशिगन स्टेट युनिव्हर्सिटीतील मानसशास्त्रज्ञाने १९६७ व १९६८ मधील २९७८ लग्नांचा आणि ४७८ घटस्फोटांचा फलज्योतिषाच्या

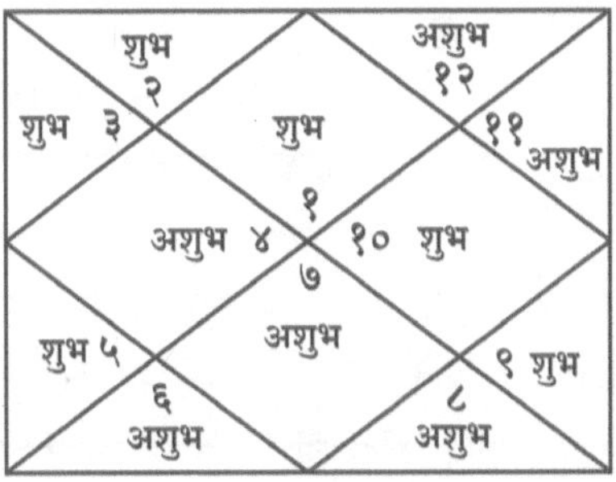

चाकोरीतून अभ्यास केला. दोन फलज्योतिषांना पत्रिकेवरून कुठल्या जोड्या योग्य (म्हणजे जुळणाऱ्या) आणि कुठल्या अयोग्य (न जुळणाऱ्या) हे ठरवले होते. ते निदान आणि वस्तुस्थिती याची तुलना संख्याशास्त्राचे निकष लावून सिल्व्हरमन यांनी असा निष्कर्ष काढला की पत्रिकेतल्या निकषांचा वस्तुस्थितीशी काहीच संबंध नाही. म्हणजे पत्रिका जुळतात म्हणून लग्न टिकले आणि जुळत नाहीत म्हणून मोडले असे म्हणायला काही जागा नाही.

त्याचप्रमाणे सिल्व्हरमन यांनी पत्रिकेवरून ठरणाऱ्या गुणांचा वास्तविक गुणांशी संबंध आहे का ते पाहिले. 'समता', 'बुद्धिमत्ता' 'खरेपणा' इत्यादींची कदर अमुक अमुक तऱ्हेची पत्रिका असणारे करतात असे फलज्योतिषी म्हणतात. सिल्व्हरमन याने मानसशास्त्राच्या १६०० विध्यार्थ्यांना 'तुमचे प्रमुख गुण, आवडी निवडी कोणत्या?' हे विचारले. त्याचप्रमाणे त्यांची जन्म तारीख वगैरे माहिती मिळवून त्यांच्या पत्रिका करून त्यावरून फलज्योतिषाचे निकष लावून, गुण, आवडी-निवडी ठरवल्या. प्रत्यक्ष आणि पत्रिका या दोन्हीत कसलाही मेळ आढळला नाही. तेव्हा मानवी व्यक्तिमत्त्वात आणि जन्मवेळेत कसलाही संबंध नाही. असा निष्कर्ष सिल्व्हरमन यांनी काढला.

जाँ-क्लॉड-पेकेअर नावाच्या खगोलशास्त्रज्ञाने म्हटले आहे की ''पृथ्वीवर ध्रुव प्रदेशांच्या आसमंतात अनेक लोक राहतात, जन्मतात. अशा भागातून वर्षाच्या अनेक महिन्यांत कुठलाही ग्रह दिसत नाही. उदाहरणार्थ रशियात मुर्मांस्क ह्या मोठ्या शहरातून वर्षातून सहा महिने सूर्य दिसत नाही. ग्रह दिसत नाहीत आणि राशीचक्रावरील तारे पण दिसत नाहीत. तेव्हा अशावेळी जन्मलेल्या 'अभागी' जीवांना पत्रिकाच करता येणार नाही! म्हणून त्यांचे जीवन सुरळीत चालत नाही असे नाही.''

१९८२ मध्ये सर्व ग्रह एकाच बाजूला आल्यामुळे पृथ्वीवर अनेक उत्पात होतील असे भाकीत फलज्योतिषांनी केले होते. वास्तवात तसे काही घडले नाही. पृथ्वीवर नैसर्गिक आणि कृत्रिम (मानव-प्रणीत) आपत्ती वेळोवेळी येतच असतात. परंतु त्यांचा ग्रहांशी किंवा धूमकेतूंशी संबंध जोडण्यात अद्याप कोणालाही यश आले नाही. हॅलेचा प्रख्यात धूमकेतू १९८५-८६ मध्ये येऊन गेला त्याचा तरी असा कोणता दुष्परिणाम झाला?

टेड न्यूमन ह्या शास्त्रज्ञाने लहानसे गणित मांडून एक गमतीदार निष्कर्ष काढला आहे. समजा सर्व ग्रह एका रांगेत एकाच बाजूला आलेत. त्यांच्या एकत्रित गुरुत्वाकर्षणामुळे पृथ्वीवरच्या वस्तू त्यांच्याकडे खेचल्या जातील, हा आकर्षणाचा जोर किती असेल? जर ते पृथ्वीच्या विरुद्ध बाजूला असेल तर त्यामुळे आपले वजन किंचित कमी होईल. ते किती कमी होईल? जर आपण बसलेल्या स्थितीतून उठून उभे राहिलो तर आपले वजन कळत-न-कळत कमी होते कारण आपला गुरुत्वाकर्षणाचा केंद्रबिंदू पृथ्वीपासून थोडा लांब जातो. सर्व ग्रहांचा संयुक्त परिणाम याहूनही कमी आहे!

खगोलशास्त्राचा विकास होत गेला तेव्हा ग्रहांचा सूर्याशी संबंध जोडला गेला. पूर्वी ग्रीकांनी ग्रहांना 'प्लॅनेट' म्हणजे 'भटके' म्हटले होते. कारण त्यांच्या आकाशातल्या कक्षा ताऱ्यांसारख्या नियमित वाटत नव्हत्या. कधी सूर्याच्या पुढे तर कधी मागे असे फिरणारे ग्रह पाहून हे खगोलपिंड मनमाने भटकतात असा तर्क निघाला. त्यातून असा तर्क आला की ग्रहांमध्ये मनमाने भटकण्याची ताकद आहे. आणि पुढे त्यातून असा निष्कर्ष निघाला की हे ताकदवान ग्रह मानवावर आपला प्रभाव टाकतात. ही जर फलज्योतिषाची सुरुवात म्हटली तर खगोलशास्त्राने ग्रहांच्या कक्षांचे गणित सोडवल्यावर तिचा अंतर व्हायला पाहिजे होता. ग्रह मनमाने भटकत नसून सूर्याच्या गुरुत्वाकर्षणाखाली फिरतात. त्यांच्या कक्षा न्यूटनच्या गणिताने ठरवून दिल्या. असे असूनही फलज्योतिषावरचा

विश्वास टिकून आहे. उलट, टेड न्यूमनच्या वरील उदाहरणाने दाखवल्याप्रमाणे फलज्योतिषाला ग्रहांचा प्रभाव दाखवताना गुरुत्वाकर्षणाचा आधार घेता येत नाही हे जनसामान्यात अजून माहीत झालेले नाही. ग्रह आपल्यापासून इतके दूर आहेत की त्यांचा पृथ्वीवरील गुरुत्वाकर्षणाचा जोर अगदीच नगण्य आहे.

असे असूनही फलज्योतिषाला लोकप्रियता का लाभते? त्यामागे वैज्ञानिक चौकट असेल असे लोकांना का वाटते?

बार्नम इफेक्ट

१९७४ साली १९२ शास्त्रज्ञांच्या सहीसकट (ज्यात अनेक नोबेल पारितोषिकाचे मानकरी ही होते) एक पत्रक प्रसिद्ध झाले ज्यात फलज्योतिषावर वैज्ञानिक दृष्टिकोनातून टीका होती. शेवटी त्यात असे म्हटले होते की लोक फलज्योतिषाकडे धाव घेतात कारण त्यांना त्यातून आपल्या दैनंदिन जीवनातील समस्यांवर समाधान मिळेल असे वाटते. आपल्यावर आलेली संकटे दूरच्या ग्रहांमुळे आहेत, त्यांवर मानवाचे प्रयत्न चालणार नाहीत. केवळ त्या ग्रहांना संतुष्ट केल्यावरच संकट दूर होईल इत्यादी आश्वासनामुळे साहजिकच त्यांची काळजी दूर होते... निदान दिलासा मिळतो. शिवाय ग्रहच आपल्या विरुद्ध आहेत असे कळले की स्वत: मेहनत घ्यायची आवश्यकता राहात नाही. अशा विविध कारणांमुळे फलज्योतिषाचा आसरा घ्यायचा मोह आवरत नाही.

फलज्योतिषाचे समर्थक असे म्हणतात की लोक आमचा आसरा घेतात कारण फलज्योतिषांचे भविष्य चुकत नाही. जर ते चुकले असते तर आतापर्यंत लोकांनी फलज्योतिष केव्हाच टाकले असते! या संदर्भात 'बार्नम इफेक्ट' चा उल्लेख करावासा वाटतो.

'बार्नम ॲण्ड बेली' सर्कसचा मालक पी.टी. बार्नम असे म्हणत असे की त्याच्या सर्कशीत विविध प्रकारचे खेळ असतात. त्यामुळे कुठला ना कुठला तरी खेळ प्रत्येकाच्या आवडीचा असतो व म्हणून त्याची सर्कस लोकप्रिय झाली. फलज्योतिषांचे निदान असेच असते. त्यात पुरेसा मोघमपणा आणि व्यापकता असते म्हणून प्रत्येकाला ते पटते. बार्नमची पद्धत वापरून तयार केलेले व्यक्तिचित्र कसे असते त्याचा नमुना पहा.

''तुम्हाला असे फार वाटते की लोकांना आपण आवडो, लोक आपली प्रशंसा करोत. आपल्या गुणांची कदर करोत. तुम्ही स्वत: स्वत:चे कडक परीक्षण करता तुमचा उत्कर्ष होईल. तो घडवून आणण्याची क्षमता असलेले पण पूर्ण वाव न मिळालेले गुण तुमच्यात आहेत. तुम्ही काही बाबतीत कमी पडत असाल पण

एक संस्मरणीय मोहीम

डॉ. नरेंद्र दाभोलकर आणि अंधश्रद्धा निर्मुलन समिती (अंनिस) यांच्याबरोबर अशा एका प्रयोगात भाग घ्यायचा योग मला २००८ मध्ये मिळाला होता. फलज्योतिष हे शास्त्र आहे, हा दावा तपासून पाहण्यासाठी तो प्रयोग करण्याचे आम्ही ठरवले होते.

हुशार आणि मतिमंद मुलांच्या पत्रिका ज्योतिषांना द्याव्यात आणि जन्मपत्रिका पाहून तो विद्यार्थी हुशार आहे की मतिमंद हे ओळखायला सांगावे. या प्रयोगासाठी दाभोलकरांनी 'अंनिस'च्या मदतीने माहिती गोळा करायची तयारी दाखवली. या प्रयोगासाठी आम्हाला आणखी दोन सहकारी मिळाले. एक - पुणे विद्यापीठातील संख्याशास्त्र विभागातील निवृत्त प्राध्यापक सुधाकर कुंटे, त्यांनी प्रयोगाची एकंदर आखणी व कृतीबाबत मार्गदर्शन करायची जबाबदारी स्वीकारली. दुसरे प्रकाश घाटपांडे, त्यांनी प्रत्येक विद्यार्थ्याची माहिती (जन्मवेळ, जन्मस्थान आदी) घेऊन पत्रिका बनवायचे काम अंगावर घेतले. घाटपांडे हे पूर्वी स्वतः फलज्योतिषाचा व्यवसाय करत, पण त्यातील सत्याचा अभाव व अविश्वासार्हता पाहून त्यांनी तो व्यवसाय सोडून दिला होता.

अंनिसच्या मदतीने आम्ही शंभर हुशार मुले व शंभर मतिमंद मुले यांची आवश्यक ती माहिती मिळवली आणि प्रकाश घाटपांडे यांनी त्यावरून जन्मकुंडल्या तयार केल्या. सर्व पत्रिकांचे सांकेतिक रेकॉर्ड सुधाकर कुंटे यांच्याकडे गोपनीय ठेवण्यात आले.

आता प्रयोगाची सुरुवात म्हणून आम्ही चौघांनी (डॉ. दाभोलकर, प्रा. कुंटे, घाटपांडे व मी) १२ मे २००८ रोजी पुणे येथे पत्रकार परिषद बोलावली. प्रयोगाची थोडक्यात पण नेमकी माहिती देऊन, व्यावसायिक फलज्योतिषींना आवाहन केले की, त्यांनी त्या प्रयोगात भाग घ्यावा. त्यासाठी चार अटी होत्या.

१. भाग घेणाऱ्याने स्वतःची व्यावसायिक माहिती आणि तिकीट लावलेले रजिस्टर्ड पोस्टाचे पाकीट स्वतःच्या पत्त्यासकट पाठवावे.

२. भाग घेणाऱ्या प्रत्येकाला आम्ही ४० पत्रिकांचा संच पाठवू. हा संच मूळ २०० पत्रिकांमधून (रॅन्डम) काढलेला असेल. स्पर्धकांच्या पत्त्यावर तो पत्रिकांचा संच पाठवण्यात येईल.

३.स्पर्धकाने त्याच्या संचामधील कुंडल्यांचा अभ्यास करुन, प्रत्येक कुंडलीवर ती कुंडली हुशार मुलाची आहे की मतिमंद मुलाची आहे, हे लिहून डॉ. कुंटे यांच्या पत्त्यावर पाठवावे.

४. पत्रिकेवरुन हुशार-मतिमंद हे निदान करता येते हा निष्कर्ष काढायला संख्याशास्त्राच्या नियमानुसार ४०पैकी किमान २८ भाकिते अचूक आली पाहिजेत.

वरीलपैकी चौथी अट ठेवण्याचे कारण... समजा, एक नाणे टॉससाठी फेकून हेड आले तर हुशार आणि टेल आले तर मतिमंद असा निर्णय घेतला, तर सरासरी निम्मे (४० पैकी २०) बरोबर येतात. म्हणजे ज्योतिषामध्ये खरोखर भाकीत करायची करामत असेल, तर याहून जास्त निकाल यायला पाहिजे. किती जास्त ? तर संख्याशास्त्रज्ञांच्या मते ४० पैकी किमान २८ असा निकाल नाणेफेकीतून मिळण्याची शक्यता फारच कमी म्हणजे अर्धा टक्काच असते. त्यामुळे असा निकाल मिळवणाऱ्याकडे भाकीत करायची खास शक्ती आहे, असे समजायला वाव आहे.

पण प्रत्यक्षात काय झाले? ह्या प्रयोगात भाग घेण्यासाठी ५१ फलज्योतिष-तज्ज्ञांनी रजिस्टर्ड पाकिटे पाठवली, त्यांना आम्ही पत्रिकांचे संच पाठवले. त्यांपैकी २७ स्पर्धकांनीच उत्तरे पाठविली. त्यात सर्वोच्च रेकॉर्ड ४० पैकी २४ बरोबर असे होते. त्यापाठोपाठ दोघांचे रेकॉर्ड ४० पैकी २२ बरोबर असे होते. पण ४० पैकी २८ बरोबर ही उत्तीर्ण होण्याची रेषा त्या २७ पैकी कोणीही ओलांडू शकला नाही. आणि सर्व २७ स्पर्धकांच्या गुणांची सरासरी काढली तेव्हा ती ४० पैकी १७.२५ होती. म्हणजे, नाणेफेकीतूनही यापेक्षा अधिक मार्क मिळाले असते.

या प्रयोगाच्या वेळी आम्ही फलज्योतिषाला वाहिलेल्या संस्थांनाही आवाहन केले होते की, तुम्ही संस्थेतर्फे भाग घ्या, आम्ही तुम्हाला सगळ्या (२००) पत्रिका देतो. मात्र फक्त एका संस्थेने भाग घेतला आणि त्यांना २०० पैकी १०२ मार्क मिळाले, मात्र इथे कमीत कमी अपेक्षा होती ११८ मार्कांची.

प्रयोगाचे निकाल व निष्कर्ष जाहीर झाल्यानंतर काही फलज्योतिषी अशी शंका घेऊ लागले की, अंनिस अंधश्रद्धाविरोधात असल्याने, त्यांनी गोळा केलेली माहिती तटस्थ असणार नाही. तेव्हा डॉ. दाभोलकरांनी स्वतः सौम्य शब्दांत अशी ग्वाही दिली की - अंनिसतर्फे माहिती गोळा करताना पूर्ण तटस्थता पाळली गेली आहे. शिवाय, त्यापुढची कार्यवाही डॉ. कुंटे यांच्या मार्गदर्शनाखाली झाली असल्याने, तिथे अंनिसचा प्रभाव नाही. (विरोधकांशी वाद घालताना नरेंद्र दाभोलकरांची वृत्ती कधीही आक्रमक नव्हती)

वरील निकाल जाहीर झाले तेव्हा काही फलज्योतिषी म्हणू लागले की, ज्या ज्योतिषांनी स्पर्धेत भाग घेतला ते ज्योतिषी निष्णात नव्हते, म्हणून निकाल फलज्योतिषाविरुद्ध लागला आहे. पण ज्या ५१ ज्योतिषांनी स्पर्धेत भाग घेतला होता, त्या सर्वांनी त्या क्षेत्रातील स्वतःचा अनेक वर्षांचा अनुभव मांडला होता. शिवाय, एका संस्थेनेही भाग घेतला होता, त्याचे काय? त्या संस्थेतील सगळे सदस्य फलज्योतिषी नव्हते का? असो.

फलज्योतिष हे शास्त्र आहे हा दावा खरा आहे की नाही, यासाठी तो प्रयोग आम्ही केला होता.

त्यावर तुमच्याकडे तोडगे आहेत. बाहेरून जरी तुम्ही शिस्तबद्ध आणि स्वतःवर नियंत्रण ठेव शकत असला तरी आतून तुम्हाला कधी कधी चिंता भेडसावतात आणि असुरक्षितता जाणवते. कधी कधी तुम्हाला शंका वाटते की आपण योग्य निर्णय घेतला का. मधून मधून तुम्हाला बदल हवा असतो, जीवनात विविधता हवी असते. चाकोरीबद्ध जीवनाचा कधी कधी तुम्हाला उबग येतो. तुम्हाला अभिमान आहे की तुम्ही स्वतंत्रपणे विचार करता आणि दुसऱ्यांची विधाने परीक्षणाशिवाय मानत नाही. तुम्ही पूर्णपणे कोणाजवळही मन मोकळे करत नाही. कधी कधी तुम्ही खुशीत, बहिर्मुख, मनमिळाऊ असता तर कधी विमनस्क आणि अंतर्मुख. तुमच्या काही आकांक्षा अवास्तव असतील पण एकंदरीत आयुष्यात सुरक्षितता तुम्हाला हवी असते.''

पत्रिका पाहून असे निदान जर केले तर कोणालाही ते पटण्याजोगे आणि लागू पडणारे आहे. कारण खरोखर त्यात विशेष काहीच म्हटलेले नाही. हे जरा विचार केल्यावर ध्यानात येते. जर फलज्योतिषात खरोखरच बिनचूक भाकीत करायची यंत्रणा असेल तर एखाद्या व्यक्तीचे त्याची पत्रिका पाहून रेखाटलेले व्यक्तिचित्र बार्नम व्यक्तिचित्रापेक्षा अधिक बिनचूकपणे त्या व्यक्तीला लागू पडायला पाहिजे. वास्तवात असे घडते का?

या संदर्भात अलीकडे घेतलेली एक चाचणी उद्बोधक ठरते. कॉलेजमध्ये शिकणाऱ्या ५२ अमेरिकन विद्यार्थ्यांना (त्यांत ३५ मुली होत्या) या चाचणीसाठी बोलावले. त्यांच्या जन्माबद्दलची माहिती (तारीख, वेळ, जागा इ.) आणि फलज्योतिषाबद्दल त्यांना काय वाटते हे सर्वप्रथम नोंदवले गेले. मग काही दिवसांनी त्यापैकी प्रत्येकाला तीन व्यक्तिचित्रे देण्यात आली. त्यापैकी एक बार्नम व्यक्तिचित्र, दुसरे त्याच्या कुंडलीवरून फलज्योतिष्यांनी वर्तवलेले व्यक्तिचित्र तर तिसरे 'चुकीचे' म्हणजे त्या ५२ पैकी दुसऱ्याच कोणाच्या कुंडलीवरून केलेले व्यक्तिचित्र-अशी तीन व्यक्तिचित्रे, ती कुठून तयार केली हे न सांगता देण्यात आली. आणि त्यांना विचारण्यात आले की कुठले व्यक्तिचित्र सर्वात बरोबर व कुठले त्यानंतर अशी क्रमवारी ५ पैकी गुण देऊन ठरवावी. जर फलज्योतिषातले भाकीत बिनचूक असेल तर त्यात व्यक्तीच्या जन्मकुंडलीवरून तयार केलेली पत्रिका सर्वात जास्त गुण मिळवून 'उत्तीर्ण' व्हायला पाहिजे.

प्रत्यक्षात बार्नम व्यक्तिचित्र ५ पैकी सरासरी ३.६९ गुण मिळवून सर्वप्रथम आले. उरलेल्या 'बरोबर' आणि 'चुकीच्या' व्यक्तिचित्रांत ५ पैकी ३.०८ व ३.०६ गुण मिळाले. गंमत म्हणजे ज्या (७) लोकांनी आपल्या वैयक्तिक माहितीत

फलज्योतिषावर मोठा विश्वास दर्शवला होता त्यांनी बर्नमला ५ पैकी ४.१४ गुण (सरासरी) तर उरलेल्या दोन व्यक्तिचित्रांना सारखे ३.२९ गुण दिले! म्हणजे बर्नम सदृश गुळगुळीत विधानाचे वर्णन लोकांना जास्त पटते हे दिसून येते. त्याच प्रमाणे फलज्योतिषांत कुंडलीवरून रेखाटलेले चित्र अचूक असते हे विधानही या प्रयोगाने खोडून काढले.

चंद्राचा मानसिक रुग्णांवर परिणाम?

चंद्राच्या गुरुत्वाकर्षणामुळे भरती ओहोटी येते तसेच मानवी रक्तप्रवाहावर परिणाम होतो. त्यामुळे पौर्णिमा-अमावस्येच्या वेळी मानसिक रोग वाढतात. हे विधानही वैज्ञानिक चाचण्यांनी खोडून काढले आहे. उदाहरणार्थ एक विधान अशा प्रकारचे असते. पौर्णिमा आणि अमावस्येच्या वेळी वेडाचे झटके येऊन काही मानसिक रुग्ण खून करतात. लीबर आणि शेरिन यांनी फ्लोरिडा मधील डेड काउंटी येथील पंधरा वर्षांच्या काळात झालेल्या १८८७ खुनांची माहिती गोळा केली आणि त्यातून असा निष्कर्ष काढला की पौर्णिमा आणि अमावस्येच्या वेळी अधिक खून होतात. परंतु पुढे त्यांना असेही आढळले की ओहायो मधील कुयाहोगा काउंटीतील २००८ खुनांपैकी अधिक खून पौर्णिमा-अमावस्येला न होता त्यानंतर तीन दिवसांनी होतात. असे का हे सांगताना त्यांनी अक्षांशातला फरक हे कारण सांगितले जे पटण्यासारखे नाही. उलट पोकॉर्नी आणि जॅचिमेंझिक यांनी टेक्सस् मधल्या हॅरिस काउंटीतील चौदा वर्षातील २४९४ खुनांच्या वेळा तपासल्या तेव्हा त्यांना चंद्राच्या कलांशी काहीही संबंध आढळला नाही.

अलीकडच्या काळात मानसशास्त्रज्ञांनी चंद्राच्या कलांचा मानसिक अवस्थेवर काही परिणाम होतो का हे पुष्कळ तऱ्हेने तपासून पाहिले परंतु उत्तर नकारात्मकच आले. मानसिक रुग्णांच्या इस्पितळात आलेल्या केसेस वेगवेगळ्या तऱ्हेच्या असतात. वेडाचा झटका, आत्महत्या किंवा तसा प्रयत्न, एपिलेप्सी इ. च्या प्रकारांचा चंद्राशी काहीही संबंध सापडलेला नाही. वेगवेगळ्या काळात अशा केसेस इस्पितळात येतात. तशा काही पौर्णिमा अमावस्येला देखील येतात. केवळ त्या दिवसांच्या केसेसवरून चंद्राचा मानसिक रोगाशी संबंध जोडणे वैज्ञानिक चौकटीत बसत नाही.

फलज्योतिषावर विश्वास ठेवण्याचे गैरफायदे

'फलज्योतिष हे विज्ञान नसले तरी त्यावर विश्वास ठेवून चालायला काय हरकत आहे? त्याने कोणाचे काय बिघडते? असाही एक मतप्रवाह आहे. हा

मतप्रवाह देखील व्यक्तीच्या आणि समाजाच्या हिताच्या दृष्टीने घातक आहे. त्याची काही उदाहरणे.

काही आवश्यक आणि लवकर करायच्या गोष्टी केवळ शुभ मुहूर्तासाठी लांबणीवर टाकल्या जातात.

इतर व्यावहारिक दृष्टीने अनुरुप असलेल्या (आणि कधी कधी परस्परांबद्दल प्रेम असलेल्या) जोडप्यांची लग्ने पत्रिका न जुळल्याने मोडतात.

ग्रहांना 'शांत' करण्यासाठी परवडत नसले तरी केला जाणारा खर्च आणि व्रतवैकल्ये.

सूर्यग्रहणा दिवशी 'हा खेळ सावल्यांचा' हे माहीत असूनही जनसामान्याला वाटणारी भीती जिच्यामुळे मुंबईसारखे 'मॉडर्न' शहरही ओस पडू शकते.

विज्ञानाच्या गरुडझेपेत आपल्या सूर्यमालेचे घटक ग्रह आणि त्यांचे उपग्रह यांचीच काय तर लांब लांबच्या ताऱ्यांच्या आणि त्याहून दूरच्या आकाशगंगांची माहिती आता मिळत आहे. विसाव्या शतकात मानवाने चंद्रावर पाऊल टाकले. एकविसाव्या शतकात तो मंगळ पादाक्रांत करेल. पाच सहा शतकांपूर्वीच्या मानवाने ग्रहांचे नीट आकलन न झाल्याने फलज्योतिषावर विश्वास ठेवणे आपण समजू शकतो. पण आजच्या काळात पुष्कळ माहिती उपलब्ध असूनही अनेक वैज्ञानिक चाचण्यात नापास झालेल्या कल्पनांवर विश्वास ठेवून वेळेचा, शक्तीचा आणि धनाचा निष्कारण अपव्यय करणे कितपत योग्य आहे?

● ● ●

१३.

देव आणि वैज्ञानिक

नेपोलियनच्या राजवटीत फ्रान्समध्ये एक प्रख्यात वैज्ञानिक न्यूटनच्या गुरुत्वाकर्षणाच्या आणि गतीच्या नियमांवर संशोधन करत होता. त्याचे नाव लप्लास. लप्लासने एक प्रचंड गणित सोडवायला घेतले होते. सूर्य, त्याच्या भोवती फिरणारे ग्रह आणि त्या ग्रहांभोवती फिरणारे उपग्रह यांच्या कक्षा न्यूटनच्या नियमानुसार ठरविणे आणि त्यांची तुलना प्रत्यक्ष निरीक्षणाने ठरवलेल्या कक्षांशी करणे, हे त्या गणिताचे ध्येय होते.

अनेक वर्षांच्या प्रयत्नांनंतर लप्लासने हे गणित यशस्वीरित्या सोडवले. त्याने न्यूटनच्या नियमाबरहुकूम ठरवलेल्या कक्षा वास्तविक कक्षांशी उत्तम प्रकारे जुळत होत्या. त्यावरून हे सिद्ध होत होते की न्यूटनचे नियम अचूक असून ते संपूर्ण सूर्यमालेला लागू होतात. लप्लासच्या या कार्यामुळे सर्वसामान्य वैज्ञानिकांचा आणि इतर विचारवंतांचा न्यूटनच्या नियमांवरील विश्वास दृढ झाला. आपले हे संशोधन लप्लासने 'मेकॅनिक् सेलेस्त' (आकाशातील वस्तूंच्या गतीचे गणित) या पाच खंडी ग्रंथात मांडले. हा प्रसिद्ध ग्रंथ त्याने जेव्हा नेपोलियनला सादर केला तेव्हा त्यातील पाने चाळून आणि निष्कर्ष पाहून सम्राटाने विचारले, 'यात जगन्नियंत्या देवाचा उल्लेख कुठेही कसा नाही?''

पिएर-सिमॉन लप्लास

तेव्हा लप्लासने उत्तर दिले ''महाराज, मला त्या गृहितकाची जरुरीच भासली नाही!''

सूर्यमालेतील ग्रह आणि उपग्रह कसे फिरतात? का फिरतात? या प्रश्नांनी मानवाला हजारो वर्षे भेडसावले. ग्रहांची कक्षा ताऱ्यांप्रमाणे ठरावीक नसून अनियमित आहे, असे शेकडो वर्षांच्या निरीक्षणातून दिसत होते. ग्रीक शब्द 'प्लॅनेट' म्हणजे भटक्या, यावरूनच ग्रहांचे स्वैराचारी फिरणे दिसत होते. हे स्वैराचारी ग्रह शक्तिमान असून ते आपल्यावर प्रभाव टाकतात, असा विश्वास अशा निरीक्षणांतून निर्माण झाल्यास नवल नाही. पण वस्तुस्थिती वेगळी आहे, हे कोपर्निकस, गॅलिलिओ, न्यूटन व लप्लास यांनी वैज्ञानिक प्रगतीच्या पायऱ्या चढून दाखवले. न्यूटनचा व्यस्त वर्गाचा गुरुत्वाकर्षणाचा नियम आणि त्याने मांडलेले गतीचे तीन नियम यातून ग्रहमालेचे गणित मांडता येते. ते सोडवणे महामुश्कील पण लप्लासने तेही करून दाखविले. तेव्हा ग्रहांच्या गतीत स्वैराचार तर नाहीच पण चमत्कारही नाही. एखाद्या जादूगाराने आपल्या जादूचे रहस्यच प्रकट केल्यावर त्यातील चमत्कार जातो तसेच झाले. ग्रहांची गती वैज्ञानिक सिद्धांताने ठरवली जाते हे सिद्ध झाल्यावर त्यांची किंवा त्यांच्या मागची दैवी शक्तीही गेली.

ज्या प्रमाणे लप्लासला 'देव' या गृहितकाची आवश्यकता भासली नाही त्याप्रमाणेच इतर वैज्ञानिकही सृष्टीतल्या अनाकलनीय देवाचे अस्तित्व मान्य करायला तयार होत नाहीत. कारण आज अनाकलनीय वाटणाऱ्या घटनांचे आकलन पुढे मागे विज्ञानातून होईलच. मग 'देव' या गृहितकाची आवश्यकता भासणार नाही. असला क्षणभंगूर देव काय कामाचा? केवळ वैज्ञानिक पातळीतून पाहिले तर गृहितक असे पाहिजे, की ज्यामुळे अनाकलनीय प्रश्न सुटतील, शिवाय पडताळून पाहण्याजोगी नवी भाकितेही करता येतील. उदाहरणार्थ, 'सूर्य का चकाकतो?' मानवाला या प्रश्नाचे उत्तर माहीत नव्हते, तेव्हा त्याने सूर्याला दिव्यत्व बहाल केले. सूर्याच्या तेजामुळे पृथ्वीवर दिवस असतो, सूर्यापासून मिळणाऱ्या ऊर्जेतून पृथ्वीवरील जीवसृष्टीचे पोषण होते, त्यामध्ये कमीजास्त झाले तर येथे हिमयुगासारखी आपत्ती येऊ शकते... इत्यादी प्रभाव हे सर्वसाधारण मानवाला देवाकडून जी अपेक्षा असते त्याबरहुकूम आहेत.

पण 'सूर्य तेजस्वी आहे, कारण तो देव आहे' या विधानाने वैज्ञानिकांचे समाधान होत नाही. या गृहितकातून त्याबाबतचे कितीतरी प्रश्न अनुत्तरित राहतात. सूर्याच्या पृष्ठभागाचे तपमान जवळजवळ ५५०० अंश सेल्सियस इतके का आहे? त्या पृष्ठभागावर काळे डाग का दिसतात? सूर्यातून ठरावीक ऊर्जा दर सेकंदाला

"तुमचा देवावर विश्वास आहे का?" हा प्रश्न वैज्ञानिकांना वेळोवेळी विचारला जातो. प्रश्न विचारणाऱ्याची अपेक्षा असते की या प्रश्नाचे उत्तर "होय" किंवा "नाही" अशा स्पष्ट आणि संक्षिप्त स्वरूपात मिळावे. परंतु वैज्ञानिक भूमिकेतून तसे उत्तर देता येत नाही आणि कोणी दिले तर ते योग्य होणार नाही. का, ते आपण पाहू.

मुख्य कारण म्हणजे 'देव' म्हणजे काय, हे प्रश्नातून स्पष्ट होत नाही. प्रश्न विचारणाऱ्याला देवाकडून जी अपेक्षा असेल ती वैज्ञानिकाच्या कल्पनेपेक्षा वेगळी असू शकेल. उदाहरणार्थ 'जगन्नियंता', 'सर्वशक्तिमान' इत्यादी विशेषणे सामान्य माणूस देवाला लावतो ती पुष्कळशी सृष्टीच्या चमत्कारांनी प्रभावित होऊन. परंतु वैज्ञानिकाच्या पठडीत हे बरेचसे चमत्कार आता चमत्कार राहिलेले नाहीत.

का बाहेर पडते? सूर्याचे आकारमान फारसे कमी जास्त का होत नाही? ही प्रश्नमालिका 'सूर्य देव आहे' ह्या गृहितकाने सुटत नाही. त्याउलट, गेल्या पन्नास वर्षांत सूर्याच्या अंतरंगाचा सखोल अभ्यास खगोल संशोधकांनी केला असून त्याला भौतिकशास्त्राचे नियम लागू होतात, हे सिद्ध करण्यात ते यशस्वी झाले आहेत. गुरुत्वाकर्षण, अणुशास्त्र, पूंजवाद (क्वांटम थिअरी), विद्युत् चुंबकीय शास्त्र इत्यादींचे प्रयोगांतून तावून सुलाखून निघालेले नियम सूर्याचे गुणधर्मही ठरवतात आणि वर सांगितलेल्या प्रश्नांची समाधानकारक उत्तरेही देतात. इतकेच नव्हे तर आकाशातील इतर तारे देखील याच नियमांनुसार वागतात, हे दिसून आले आहे. लाल राक्षसी तारे, अति तेजस्वी निळे तारे, श्वेत बटू, स्फोटक तारे, महास्फोटात भग्न होणारे तारे.... हे ताऱ्यांचे विविध प्रकार विज्ञानाच्या चौकटीत बसतात. म्हणून पूर्वीच्या अज्ञानातून निर्माण झालेल्या दिव्यत्वाच्या गृहितकाची जरूरी इथे आज भासत नाही.

अंधविश्वास, बुवाबाजी व धार्मिक दांभिकपणा याच्याविरुद्ध वैज्ञानिकांनी वेळोवेळी आवाज उठविला तो याच कारणांसाठी. यामागची भूमिका अशी नव्हे की आजचे वैज्ञानिक स्वत:ला सर्ववेत्ते समजतात. उलट जे असा दावा

करतात, त्यांचे पितळ उघडे पाडणे, ही सत्यशोधक वृत्ती त्यामागे असते. अशी कल्पना करा की एखाद्या विक्रेत्याने एखाद्या वस्तूची पुष्कळ जाहिरातबाजी केली. जाहिरातीमध्ये त्या वस्तूत अमुक गुण आहेत, तमुक शक्ती आहे इत्यादी दावे केले तर त्यातील विधानांबरहुकूम ती वस्तू आहे का, याची चौकशी बहुतेक ग्राहक करीत नाहीत. कधी कधी जाहिरातीतील दावे केवळ अतिरंजित नसून पूर्ण खोटे आढळून येतात. तेव्हा वस्तू विकत घेण्यापूर्वी ग्राहकाने चोखंदळपणा दाखविणे हिताचे ठरते.

आजची बुवाबाजी म्हणजे धर्माच्या नावाखाली केलेली जाहिरातबाजी आहे. आपल्यामध्ये लोकांना दिव्यत्वाची प्रचिती यावी, म्हणून बुवा चमत्कार करून दाखवितात. परंतु अशा चमत्कारांमागे दिव्यत्व नसून कुशल हातचलाखी असते. एखादा जादूचे खेळ करणारा देखील ते चमत्कार करून दाखवू शकतो. अनेक चमत्कारांमागे दिव्यत्व नसून रासायनिक गुणधर्म असतात, हे वैज्ञानिक प्रयोगान्ती सांगू शकतात. म्हणून अशा हातचलाखीने खपणाऱ्या तथाकथित धार्मिकतेचा आणि दिव्यत्वाचा धिक्कार वैज्ञानिकांनी केला तर त्यातून 'देव' या उदात्त विचाराबद्दल त्यांचा अनादर व्यक्त होत नाही.

निव्वळ वैज्ञानिक पातळीतून पाहिले तर आपल्या सभोवतालच्या विश्वाबद्दल एक महत्त्वाचा निष्कर्ष कुठल्याही वैज्ञानिकाला जाणविल्याशिवाय रहात नाही. अल्बर्ट आइनस्टाइन याने तो निष्कर्ष अशा शब्दात व्यक्त केला, ''विश्वाबद्दलची सर्वात अनाकलनीय गोष्ट ही की ते आकलनीय आहे.'' थोडक्यात या वाक्याचा आशय असा : विश्व इतके विशाल आणि अगाध आहे की त्यापुढे मानव हा एक क्षुद्र प्राणी भासावा. विश्वाच्या एका लहानशा कोपऱ्यात त्याने आपली प्रयोगशाळा उभारली आणि तेथून तो विश्वाची कोडी उलगडण्यास धजला. सर आर्थर एडिंग्टन या खगोल शास्त्रज्ञाने त्याची तुलना केली एखाद्या बटाट्याच्या आतल्या किड्याशी. अशी कल्पना करा, की तो बटाटा एका पोत्यात आहे. ते पोते एका मालवाहू जहाजाच्या तळघरात आहे. त्या किड्याला ते जहाज ज्या समुद्रातून जातेय त्याचे आकलन कितीसे होईल? विश्वाचे आकलन करू पाहणाऱ्या वैज्ञानिकांची तीच परिस्थिती आहे. पण आश्चर्य म्हणजे त्याला ते आकलन करण्यात थोडे तरी यश मिळाले आहे. सूर्यमालेतील ग्रहांच्या गतीचे आकलन, शेकडो प्रकाशवर्षे अंतरापर्यंत विखुरलेल्या ताऱ्यांच्या अंतरंगाचे आकलन, त्याहून अब्जावधी विशाल अशा आकाशगंगांनी भरलेल्या विश्वापासून ते अणूच्या अतिसूक्ष्म अंतरंगापर्यंत

थोडेफार पण निश्चितपणे होत असलेले आकलन... यातून वैज्ञानिक नियमांचा सर्वव्यापीपणा दिसून येतो.

पूर्वीचे उपनिषद्‌कालीन अभ्यासक, गौतम बुद्धासारखे ज्ञानाचे शोधक आणि आइन्स्टाइन, एडिंग्टन यांच्यासारखे वैज्ञानिक यांच्या प्रेरणेत आणि उद्देशात मला तरी काही फरक दिसत नाही. नवसासारख्या आमिषांना भुलणाऱ्या देवाच्या कल्पनेपेक्षा मला जिज्ञासेतून व शोधप्रयत्नातून गवसणाऱ्या ज्ञानात दिव्यत्व दिसते.

• • •

१४.

एक उपेक्षित शास्त्रज्ञ : आल्फ्रेड वेगेनर

पृथ्वीवरील पृष्ठभाग सुमारे ७२ टक्के पाण्यानी आणि २८ टक्के जमिनीनी व्यापलेला आहे. जमिनीचा भाग म्हणजे आशिया, युरोप आदि खंड. पृथ्वीच्या आदिकालापासून पृथ्वीच्या पृष्ठभागाची रचना अशीच राहिली आहे का? का तिच्यात कालानुसार बदल होत गेले आहेत आणि पुढेही होत राहतील? अर्थात या प्रश्नांचा विचार करताना आपल्या डोळ्यापुढे येतात अचानक घडणारे उत्पाद, विशेष करून भूकंप, सुनामी, ज्वालामुखी, इत्यादी. परंतु अशा घटना सोडून आपण असाही प्रश्न विचारू शकतो : पृथ्वीवर अत्यंत हळूहळू घडणारे पण दीर्घकालीन बदल होत आहेत का? असे बदल जे मानवाच्या जीवनकालात नगण्य असतील? पण कोट्यवधी वर्षांच्या कालखंडात लक्षणीय वाटतील?

या दुसऱ्या पर्यायाचा वैज्ञानिक भूमिकेतून पाया मांडला १९१२मध्ये जर्मन शास्त्रज्ञ आल्फ्रेड लोथार वेगेनर यांनी. हे एक हवामान शास्त्रज्ञ होते. पृथ्वीवरील खंड स्थिर नसून हळूहळू सरकत असल्याचा त्यांचा दावा होता. 'कॉन्टिनेंटल ड्रिफ्ट' म्हणजे 'सरकणारे भूखंड' या नावाने ही कल्पना आज ओळखली जाते. वेगेनरच्या मते सुमारे साडेबावीस कोटी वर्षांपूर्वी पॅनजिआ (Pangaea) ह्या नावाने ओळखला जाणारा विशाल खंड हळूहळू मोडू लागला व सध्याचे खंड त्यातून निर्माण झाले. पृथ्वीच्या उत्तरगोलार्धात त्याच्या लॉरेशिया (Lowrasia) नावाचा भाग आला तर दक्षिण गोलार्धात

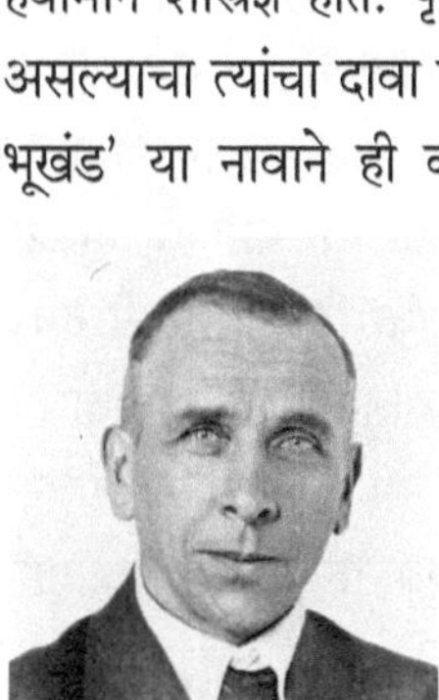

आल्फ्रेड वेगेनर

गोंडवाना लॅण्ड (Gondwana land) त्यातून मग इतर खंड तयार होत गेले.

ही कल्पना वेगेनरच्या डोक्यात आली कुठून? दक्षिण अमेरिका आणि आफ्रिका हे खंड एकमेकांत चपखल बसतात - जिग्सॉच्या तुकड्यांप्रमाणे - हे वेगेनरच्या ध्यानात आले. इतकेच नव्हे तर दोन्ही खंडांच्या एकमेकांसमोरच्या किनाऱ्यांवरील वनस्पती आणि प्राणी यांचे पुरातन अवशेष एकसारखे आहेत. जर हे खंड सतत समुद्राने वेगळे केले असतील तर ही समानता कशी उद्भवली असेल हा सवाल त्याने टाकला. तसेच सामान्यपणे विषुववृत्ताजवळील प्रदेशात आढळणारी वनस्पती एके काळी अन्टार्क्टिकामध्ये होती असे तिथल्या कोळसा झालेल्या अवशेषांवरून दिसते. अशा तऱ्हेने पुरावे विचारात घेऊन वेगेनरने सरकणाऱ्या भूखंडाच्या कल्पनेचा पाठपुरावा केला.

हिमालयासारखा प्रचंड डोंगरही भारताचा खंडभाग उरलेल्या आशियाच्या खंडभागाशी जाऊन भिडल्यावर त्या टकरीतून निर्माण झाला असे ह्या सिद्धांतातून सांगण्यात येते. वेगेनरच्या जीवनकाळात या कल्पनेची उपेक्षा झाली. बहुसंख्य शास्त्रज्ञांच्या मते पृथ्वीवरील खंड स्थिर असून अशा तऱ्हेचे बदल घडवून आणू शकणारे कुठलेही नैसर्गिक बळ पृथ्वीच्या अंतर्भागात नाही. म्हणून शास्त्रज्ञांनी वेगेनरच्या सिद्धांताची थट्टाच केली. केंब्रिज विद्यापीठातील प्राध्यापक हॅरॉल्ड जेफरीज यांच्यामते तर अशा तऱ्हेचे दगडी खंड समुद्रातून फिरवणारी शक्ती असली तर तिच्यामुळे पुष्कळ लक्षणीय विध्वंस होईल जो प्रत्यक्षात दिसत नाही.

वेगेनरची एक अपेक्षा मात्र त्याच्या जीवनकालात पूर्ण झाली - त्याला एका विद्यापीठात प्राध्यापकाची जागा मिळाली. पण १९३० मध्ये ग्रीनलॅण्डच्या दौऱ्यावर असताना बर्फात सापडून त्याला मृत्यू आला. त्यानंतर सुमारे चार दशकांनी सरकत्या खंडांच्या कल्पनेला समुद्रतळाच्या पाहणीतून व वनस्पती तथा जीवांच्या अवशेषातून पाठिंबा मिळू लागला. आज 'प्लेट टेक्टॉनिक्स' ह्या नावाच्या विषयात अशा सरकत्या खंडांच्या गतीचा प्रश्न हाताळला जात आहे.

पुरातन पुराव्यातून पृथ्वीच्या पूर्वेतिहासाची माहिती मिळते. या विषयात प्रगती होत असली तरी त्यासाठी पुरेसा पुरावा मिळण्यासाठी दम धरावा लागतो. वेगेनरसारखे द्रष्टे वैज्ञानिक अल्पशा पुराव्यातून पुष्कळ अंदाज बांधू शकतात. पण इतर वैज्ञानिक समाजाने त्या भरारीचे महत्त्व त्यांच्या जीवनकालात जाणले नाही तर त्यांच्या नशिबी उपेक्षाच येते. विज्ञानाच्या इतर क्षेत्रातही अशा उपेक्षित शोधकांची नावे सापडतात.

● ● ●

१५.

भारतीय शास्त्रज्ञ व्यथित का?

एक आळशी भिकारी एकदा एका स्वकष्टार्जित कोट्यधीशाकडे आर्थिक मदत मागण्यासाठी गेला. त्या धनाढ्य इसमाने त्या भिकाऱ्यास एक रुपया दिला. याने भिकाऱ्याचे समाधान झाले नाही. तो म्हणाला, ''महाराज, एक माणूस म्हणून आपण सारे भाऊ आहोत. मग भावांमध्ये संपत्तीचे समान वाटप व्हायला नको का?'' धनवान व्यक्तीने या गोष्टीला तत्काळ मान्यता दिली. त्याने भिकाऱ्याला दिलेला एक रुपया परत घेतला. भिकाऱ्याला वाटले की त्याला त्या श्रीमंत माणसाच्या संपत्तीतला काही वाटा मिळेल. परंतु त्या कोट्यधीशाने रुपया परत घेऊन भिकाऱ्याला जेव्हा एक पैसा दिला तेव्हा त्याला धक्काच बसला.

कोट्यधीशाने स्पष्टीकरण दिले, ''हे बघ, तुझ्याच म्हणण्याप्रमाणे मी सगळ्यांना भावंडे मानून माझ्या संपत्तीचे सगळ्यांमध्ये समान वाटप केल्यावर त्यात तुझा वाटा होतो फक्त एक पैसा.''

या गोष्टीचं तात्पर्य आपल्याकडच्या शिक्षण आणि संशोधनासाठी लोकनिधीवर अवलंबून असणाऱ्या संस्थांना लागू पडते. या संस्थांच्या बाबतीत आपण लोकशाही पद्धतीचे निकष लावून राष्ट्रीय संपत्ती, भांडवलाचे समान वाटप करावे की त्यांच्यातील गुणवत्ता आणि उपलब्धींच्या निकषावर काही थोडक्या संस्थांची निधी पुरवठ्यासाठी निवड करावयाची? पहिल्या बाबतीत 'एक पैसा वाटप' प्रकारात प्रत्येक संस्थेला काही ना काही आर्थिक मदत मिळू शकेल आणि वित्त पुरवठा करणाऱ्यावर पक्षपाताचा आरोपही होणार नाही. पण अर्थातच त्या तुटपुंज्या आर्थिक मदतीने काहीच साध्य होत नाही. या उलट

निवडक शैक्षणिक, संशोधन संस्थांना आवश्यक तेवढा आर्थिक पुरवठा केला तर त्या संस्था जास्त परिणामकारकपणे त्यांचे उद्दिष्ट गाठू शकतील. मात्र या बाबतीत रास्त आणि न्याय्य निवडीबद्दल आक्षेप घेतले जाऊ शकतात. निवडक संस्थांना वित्त पुरवठा करताना पक्षपाताचा आरोप होऊ शकतो.

काही अपवाद वगळता, भारतातील स्वातंत्र्योत्तर इतिहास पाहता एकंदरीतच गुणवत्तेत सातत्याने ऱ्हास झालेला दिसतो. आणि सुमार दर्जा स्वीकारण्याच्या आपल्या प्रवृत्तीत वाढ होताना दिसते. ही प्रवृत्ती केवळ शिक्षण आणि संशोधन या क्षेत्रातच आहे असे नाही तर जीवनाच्या प्रत्येक अंगात ती दिसून येते. आपण मात्र शिक्षण आणि संशोधन क्षेत्रातच होणाऱ्या घडामोडीचा विचार करू या.

वानगीदाखल उदाहरणे

सुरुवातीला आपण संस्थांच्या वास्तूंची दोन उदाहरणे घेऊ या. एका संस्थेची इमारत, आपण तिला इमारत 'अ' म्हणू या, म्हणजे वास्तुशास्त्राचा एक उत्कृष्ट नमूना आहे. या इमारतीची बांधणी अतिशय सुरेख आणि नमुनेदार रचनेची अत्याधुनिक अशी आहे. या इमारतीची देखभालही उच्च दर्जाची ठेवली जाते. दुसऱ्या एका संस्थेची इमारत 'ब' ही एक गचाळ बांधकामाचा नमूना असून या बांधकामात निष्काळजीपणा दिसून येतो. ही इमारत बांधण्यासाठी कंत्राटदार निवडताना सर्वात कमी मूल्याचे कंत्राट निवडण्यात आले असल्यामुळे बांधकाम पूर्ण करण्याआधीच या कंत्राटदाराने पोबारा करून बरेच बांधकाम अपुरे सोडले आहे. सरकारी किंवा सार्वजनिक इमारतींबाबत असलेल्या आपल्या प्रस्थापित अपेक्षांप्रमाणे 'अ' सारखी इमारत ही अपवादात्मकपणेच आढळते, तर 'ब' सारखी सार्वजनिक इमारत असणे ही नित्याचीच बाब झाली आहे. त्यात नवीन असे काही नाही. आपल्याला 'ब' या इमारतीविषयी काही गैर वाटत नाही कारण त्यापेक्षा उजव्या इमारती पाहण्याची आपल्याला सवय नसते. उलटपक्षी 'अ' आणि 'ब' सारख्या विरुद्ध टोकाच्या इमारती पाहिल्यावर 'अ' ही इमारत बांधताना जरा जादाच खर्च झाला असल्याचे आपले मत बनते आणि आपल्यासारख्या देशात अशी उधळपट्टी बरी नसल्याचे बोलले जाते. खरी परिस्थिती अशी असते की जर या दोन्ही इमारतींचा प्रतिचौरस फुटांचा खर्च पाहिला तर दोन्हींमध्ये फारसा फरक तर दिसून येत नाहीच. पण कदाचित 'ब' या इमारतीवर थोडा जास्त खर्च झाल्याचे आश्चर्यही पहायला मिळू शकेल.

हे झाले इमारतींबाबत. आता अजून एक उदाहरण पाहू या. एका संस्थेच्या भिन्न प्रवृत्तीच्या दोन सभासदांचे. 'अ' हा एक अत्यंत हुशार, कामाच्या दर्जाबद्दल

आग्रही असलेला कर्तव्यदक्ष सभासद आहे; नवीन आव्हाने आणि तंत्रज्ञान स्वीकारण्याची त्याची नेहमी तयारी असते आणि 'ब' हा आळशी, कामचोर असून त्याला आपल्या संस्थेच्या उत्कर्षात अजिबात रस नाही.

आता या दोन सभासदांपैकी 'अ' ला लवकर पदोन्नती मिळून त्याच्या कामाचा योग्य मोबदला मिळायला हवा आणि 'ब' ची तर या संस्थेतून हकालपट्टीच व्हायला हवी.

प्रत्यक्षात मात्र तुम्ही जेव्हा 'अ'ची पदोन्नतीसाठी शिफारस करता, तेव्हा तुम्हाला सांगितले जाते की हा गुणवान सभासद जे काही करतो आहे ते त्याचे कर्तव्यच आहे. त्यात विशेष काही नाही. त्यामुळे या सभासदाला बढती दिली तर इतर अनेकजण (म्हणजे 'ब'च्या पठडीतले) पुढे येऊन पदोन्नतीची मागणी करू लागतील. म्हणून 'अ'च्या पदोन्नतीचा विचार बाजूला सारून 'अ' ला आहे त्या पदावर समाधान मानण्यास सांगितले जाते. शिवाय जर 'अ' मध्ये असलेले गुण हे गृहित आणि आवश्यक समजले गेले तर या गुणांच्या अभावामुळे 'ब' ला संस्थेतून काढण्याचाही तुम्ही विचार करू शकत नाही कारण मग 'ब' सारख्यांची मेजॉरिटी असलेल्या कामगार संघटना बाह्या सरसावून त्या दुर्गुणी व्यक्तीच्या पाठीमागे उभ्या राहतात. मग 'अ' आणि 'ब' या दोन्ही व्यक्ती एकाच श्रेणीत राहून दोघांनाही एकच वागणूक मिळते. याचा परिणाम म्हणजे कदाचित 'अ' दुसरी एखादी चांगली संधी पाहून ही तुमची संस्था सोडून दुसरीकडे जातो किंवा हळूहळू त्याचाही उत्साह कमी होऊन तोसुद्धा 'ब' प्रमाणे वागू लागतो. 'अ'चा दर्जादेखील 'ब' एवढा खालावतो. या दोन्ही बाबतीत नुकसान होतं ते संस्थेचंच. संस्थेचा दर्जा ढासळतो.

गंभीर परिणाम

जे कार्यालयीन कर्मचाऱ्यांच्या बाबतीत होतं तेच संस्थेच्या बुद्धीवादी संशोधक मंडळींनाही लागू पडतं. खरं म्हणजे संशोधकांचा घटक म्हणजे या वैज्ञानिक संस्थेचे केंद्रस्थानच असतो; संस्थेची नाडी असतो. हा घटक जर कमकुवत आणि अकार्यक्षम असेल तर संस्थेचा गाशा गुंडाळण्याची वेळ तुमच्यावर येणार हे निश्चित. या संबंधात एक चांगला शास्त्रज्ञ आणि एक चांगला प्रशासक यांच्यात तुलना करणे मोठे उद्बोधक ठरेल. यापैकी प्रशासक हा अनुभवाने म्हणजेच वयानुसार प्रगल्भ आणि कार्यक्षम होत जातो. कायदे-कानून, नियम-नियमावलीचे त्याचे ज्ञान आणि एखाद्या चांगल्या वैज्ञानिक प्रकल्पात नियमांचे अडथळे येऊ न देता तो प्रकल्प मार्गी लावण्यासाठी त्या नियमांचा अर्थ लावण्याचे त्याचे कसब,

कामगार, कर्मचारी आणि त्यांच्या संघटनांना सांभाळण्याची हातोटी आणि कठीण प्रसंगांना तोंड देण्याची त्याची क्षमता, हे सारे गुण काही अचानक येत नाहीत तर हळूहळू अनुभवाने आणि वयानुसार बाणवले जातात. आय.ए.एस. आणि तत्सम अन्य सेवांमधील अधिकाऱ्यांच्या ज्येष्ठतेनुसार होणाऱ्या पदोन्नतीचे हेच मर्म आहे.

शास्त्रज्ञाचा आविष्कार आणि त्याची कार्यक्षमता याबाबतीत मात्र परिस्थिती अगदी उलट असते. निर्मितीक्षम आणि स्वयंभू अस्सल असे काही सदाबहार मोजके अपवाद वगळता वैज्ञानिक क्षेत्रातील बहुसंख्य शास्त्रज्ञ लवकर नावारूपाला येतात आणि हळूहळू त्यांची क्रियाशीलता आणि निर्मितीक्षमता मावळू लागते. साधारणपणे २० ते ४० वयोगटातील शास्त्रज्ञांकडून भरीव संशोधनकार्याची आपली अपेक्षा असते. जसजसे वय वाढू लागते तसा या शास्त्रज्ञांच्या कामाचा वेग मंदावू लागतो. संशोधन सोडून इतर प्रशासकीय गोष्टींचे त्यांना आकर्षण निर्माण होते. मग ते शास्त्रज्ञ विज्ञानाच्या व्यवस्थापनावर, विज्ञान लोकाभिमुख करण्यासाठी किंवा अगदी विज्ञान शिक्षणासाठीदेखील आपला जास्त वेळ देऊ लागतात. याचा अर्थ बुद्धीची देणगी लाभलेल्या सक्रिय तरुण शास्त्रज्ञांची कारकीर्द गतीमान मार्गाने पुढे गेली पाहिजे तर क्रियाशीलता मंदावलेल्या वरिष्ठ वैज्ञानिकांनी एका वेगळ्या कमी आव्हानात्मक संथ मार्गाचा अवलंब करायला हवा.

दुर्दैवाने आपल्याकडील वैज्ञानिक संस्थांमध्ये वैज्ञानिकांच्या पदोन्नतीची पद्धत ही प्रशासकीय अधिकाऱ्यांच्या व्यवस्थेप्रमाणेच आखलेली आहे. एवढेच नव्हे तर या वरिष्ठतेची ही पारंपरिक व्यवस्था तरुण आणि बुजुर्ग यांच्यामध्ये मोकळा आणि परखड संवाद होण्यासाठी हानिकारक ठरते. वैज्ञानिक प्रगतीसाठी अशा संवादाची अत्यंत गरज असते. आपल्याकडील अनेक तरुण वैज्ञानिकांमध्ये असमाधान आणि नैराश्य येण्यामागचे हे एक कारण आहे.

या पार्श्वभूमीवर विद्यापीठ अनुदान प्राधिकरणाने (University Grants Commission - UGC) नव्यानेच स्थापन झालेल्या राष्ट्रीय मंजूरी आणि वर्गीकरण मंडळास (National Accreditation and Assessment Council - NAAC) विद्यापीठ विभागांतर्गत येणाऱ्या संस्थांचे मूल्यमापन आणि त्यांच्या दर्जाची वर्गवारी करण्यासाठी उद्युक्त करण्याचे, स्वागतार्ह पाऊल उचलले आहे. उच्च दर्जा राखण्यासाठी उत्सुक असलेल्या संस्था आणि जागृत जनता 'NAAC' आपल्या प्रयत्नात यशस्वी होईल अशी नक्कीच इच्छा करतील. आणि आपल्याकडील परीक्षा पद्धतीत बोकाळलेला राजकीय दबाव आणि भ्रष्टाचार यांना 'UGC' आणि 'NAAC' या संस्था विरोध करतील

आणि संस्थांच्या मूल्यमापनासाठी ठरवलेले मापदंड टिकून राहतील अशी आपण केवळ आशाच करू शकतो.

अशा प्रकारच्या प्रयत्नांतून जर खऱ्या अर्थाने गुणवत्तापूर्ण दर्जेदार संस्था निवडता आल्या तर या संस्थांना आर्थिक साहाय्य देण्यासाठी निधी पुरविणाऱ्या संस्थांना अधिक सोयीचे होईल आणि आपल्या जवळील निधीचा योग्य वापर करता येईल.

'NAAC'सारखे प्रयोग आपल्याकडील सर्व वैज्ञानिक संस्थांच्या बाबतीत करणे आवश्यक आहे. वित्त पुरवठा केलेल्या या संस्था त्यांना नेमून दिलेले प्रकल्प कितपत पूर्णत्वास नेतात? अशा संस्थांमधून केल्या जाणाऱ्या संशोधनाचा दर्जा काय आहे? अशासारख्या प्रश्नांची बारीक चिकित्सा निधी पुरविणाऱ्या संस्था क्वचितच करतात. एखाद्या डॉ. 'अ' ला अमुक अमुक लाख रुपये निधी तीन वर्षे चालणाऱ्या एका प्रकल्पासाठी दिला तर या निधीचा वार्षिक खर्चाचा अहवाल मागितला जातो. मात्र त्या प्रकल्पातील वैज्ञानिक उद्दिष्ट्ये कितपत साध्य झाली याबद्दल काहीही मूल्यमापन केले जात नाही. खरी जबाबदारी या मूल्यमापनाची असते.

संशोधन प्रकल्प - एक वाढता उद्योग

वैज्ञानिक संशोधन हा एक वाढता उद्योग आहे आणि या उद्योगाची वाढ ही चक्रवाढ व्याजाच्या वाढीप्रमाणे असते अशी कल्पना डेरेक डी सोला प्राईस याने १९६३ मध्ये मांडली. वैज्ञानिक संशोधनाच्या वाढीचा हा वेग राष्ट्राच्या एकंदरीत विकासाच्या वेगापेक्षा जास्त असल्यामुळे अशी एक अटळ परिस्थिती निर्माण होते जेव्हा राष्ट्रीय अर्थकारण आणि सामाजिक दडपणांमुळे या संशोधन विकासाला खीळ बसते. आणि जेव्हा आपल्या कमीत कमी प्रकल्पांना अर्थसहाय्य मिळत आहे हे लक्षात येते तेव्हा शास्त्रज्ञांना एकंदर परिस्थितीची प्रकर्षाने जाणीव होऊ लागते. प्रगत राष्ट्रे या स्थितीत येऊन ठेपली आहेत.

आपल्या देशात अद्याप संशोधन विकासाच्या वाढीला वाव आहे. त्यासाठी लागणाऱ्या संसाधनांची उपलब्धता होणे हीच खरी अडचण आहे. आणि म्हणूनच संशोधन प्रकल्पांची अर्थसाहाय्यासाठी निवड करताना गुणवत्तापूर्ण प्रकल्पांची निवड जास्त चिकित्सकपणे होण्याची जास्तीत जास्त आवश्यकता आहे. गुणवत्तेची कदर न करण्याच्या प्रवृत्तीमुळे आपल्या संशोधनाचा दर्जा सुमारच राहणार आणि गुणवत्ता आपल्याला सोडून योग्य संधीचा शोध घेत

दुसरीकडे रोख वळवते तेव्हा आपण आपल्याकडील बुद्धिमत्ता दुसऱ्या देशात जात असल्याबद्दल 'ब्रेन ड्रेन'च्या समस्येबद्दल नक्राश्रू ढाळतो.

वैज्ञानिक संस्थांच्या संदर्भात मी नेहमी ऐकत आलो आहे, की 'पैशांचा काही प्रॉब्लेम नाही' असे एक विधान सरसकटपणे नेहमी केले जाते. हे ऐकून मी अस्वस्थ होतो. खरं म्हणजे पैसा ही गोष्ट तेवढी सहज उपलब्ध असायला नको. पैशाचं पाठबळ मिळण्याकरता संस्थांनी आपली गुणवत्ता सिद्ध करून आपल्या योगदानातून आपली मागणी रास्त असल्याचे प्रमाण द्यायला हवे.

• • •

१६.

प्रयोग पाहावे करून...

मुलांसाठी

आम्ही वर्षासाठी कार्डिफ (वेल्स) मध्ये होतो तेव्हाची गोष्ट. आमची मोठी मुलगी गीता (त्यावेळचे वय वर्षे दहा) प्राथमिक शाळेत होती. एक दिवस तिच्या वर्गाला काम देण्यात आले. कागदावर कसलाही त्रिकोण काढा आणि त्याबरहुकूम कागद कापा. नंतर त्या त्रिकोणाकृती कागदाची तीनही टोके कापा आणि शेजारी शेजारी जोडून लावा. मग त्या नव्या आकृतीची बाहेरची सीमा तपासून पहा. ती एक सरळ रेषा असेल.

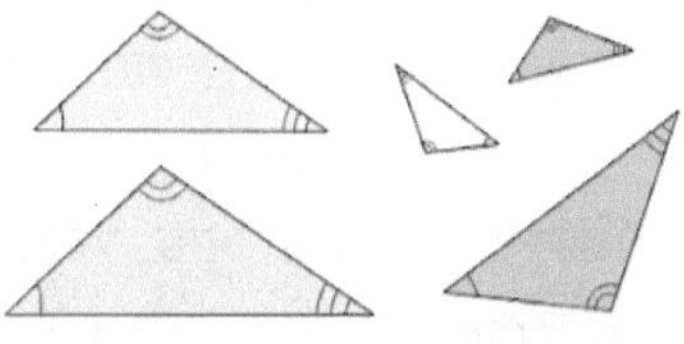

प्रत्येक मुला-मुलीने वेगळा त्रिकोण काढला तरी शेवटी ही तीन कोनांची सीमा सरळ रेषाच असते... हा चमत्कार आहे का? की त्यामागे एक सत्य दडले आहे?

युक्लिडच्या भूमितीतले प्रमेय - त्रिकोणाच्या तीन कोनांची बेरीज १८० अंश असते - हे सत्य सिद्ध करणे वेगळे आणि त्याचे प्रत्यंतर अशा प्रयोगातून पाहणे वेगळे. मला वाटते, प्रयोगातून डोकावणारे सत्य पाहिल्यावर प्रमेय मनात ठसते आणि ते सिद्ध करायला जड जात नाही.

शिक्षकांसाठी

आपण भूगोलात नकाशे पाहतो. पण प्रत्यक्ष नकाशा म्हणजे काय हे मुलांच्या मनावर बिंबवायला त्यांनी स्वत: नकाशे तयार केले

पाहिजेत. मग तो शाळेच्या आवाराचा असो किंवा त्यांचे राहते घर ज्या रस्त्यावर आहे, त्या रस्त्याचा असो. नाहीतर देशादेशांचे नकाशे म्हणजे केवळ काल्पनिक आकृत्या म्हणूनच पाहिले जातात. स्वत: काढलेल्या नकाशात रस्ता बसवताना पूर्व-पश्चिम, उत्तर-दक्षिण दिशा ठरवाव्या लागतात.

मुलांनी नकाशे स्वत: तयार करणे गरजेचे आहे.

त्या कशा, कुठली माहिती वापरून ठरवायच्या? हे प्रत्यक्ष कृतीत आणल्यावर नकाशातील दिशांचे महत्त्व कळते.

पहिलीतली मुले पाठ गिरवीत असतात ''सूर्य पूर्वेला उगवतो आणि पश्चिमेस अस्ताला जातो.'' पण मुलांमध्ये हा कुतूहलात्मक प्रश्न उमटतो का... की पश्चिमेला अस्त झालेला सूर्य पुन्हा पूर्वेला कसा येतो? कोणी विचारले तर शिक्षक-शिक्षिकेकडून त्या शंकेचे समाधान कसे केले जाते? टॉर्च (म्हणजे सूर्य) आणि पृथ्वीगोल वापरण्याचा प्रयोग करून उत्तर दिले जाते का?

एखाद्या विधानाची सत्यासत्यता पडताळून पाहायला प्रयोगासारखे प्रभावी साधन नाही हे इटालियन शास्त्रज्ञ गॅलिलिओ गॅलिलीने आवर्जून सांगितले. आधुनिक विज्ञानातला आद्य प्रयोगकर्ता म्हणून गॅलिलिओकडे पाहिले जाते. त्याचा जीवन काळ होता १५६४ - १६४२.

ॲरिस्टॉटल या ग्रीक तत्त्ववेत्त्याच्या जवळजवळ दोन हजार वर्षे चालत आलेल्या सिद्धांतांना गॅलिलिओचा विरोध होता. पण वाद मिटवायला नुसती शाब्दिक विधाने वापरण्यापेक्षा त्याने प्रत्यक्ष प्रयोगांचा आसरा घेतला. काही उदाहरणे पाहा.

ॲरिस्टॉटलचे समर्थक म्हणत, वस्तूला गतिमान ठेवायला तिच्यावर सतत बळ काम करत असावे. गॅलिलिओने धनुष्यावर बाण ठेवून दूरवर मारला. ''हवेतून जाताना बाणावर कुठले बळ असते?'' हा प्रश्न त्याने केला. ॲरिस्टॉटलवादी उत्तरले, ''हवेचा दाब बाणाच्या मागच्या टोकावर सतत रेटा देऊन तो ढकलत असतो.''

''मग हा दाब बाणाच्या मागच्या टोकापेक्षा बाजूच्या पृष्ठभागावर - त्याचे क्षेत्रफळ जास्त असल्याने - जास्त पाहिजे. तेव्हा जर बाण धनुष्याच्या दोरीवर आडवा ठेवून मारला तर जास्त लांब गेला पाहिजे.'' गॅलिलिओ म्हणाला. त्याने

बाण आडवा ठेवून मारला - तो तिथल्या तिथेच पडला. समर्थक गप्प बसले.

दुसरा वाद होता.... वरून टाकलेली मोठी वस्तू लहान वस्तूपेक्षा वेगाने खाली पडते. गॅलिलिओने पीसाच्या कलत्या मनोऱ्यावरून लहान-मोठ्या वस्तू खाली टाकल्या. त्या सारख्याच वेगाने जमिनीवर पडल्या. वाद मिटला!

वैज्ञानिक दृष्टिकोन

प्रयोगातून शंकासमाधान ही विज्ञानाची पद्धत्त विज्ञानाबाहेरच्या क्षेत्रातही उपयोगी ठरते. 'द प्रूफ ऑफ द पुडिंग इज इन् द इटिंग' (खिरीचे यश खाऊनच ठरवावे) ही म्हण तेच सांगून जाते. परंतु पुष्कळदा आपण हे विसरतो आणि विधान प्रत्यक्ष प्रयोगाने पडताळून न पाहता परंपरेचा आदर करून ते सत्य समजतो.

अमुक दिवस अशुभ म्हणून त्या दिवशी एखाद्या कामाची सुरुवात करणे टाळायचे - म्हणजे तो दिवस वायाच गेला ना? पण खरोखर शुभ-अशुभ ठरवण्याची पद्धत कोणी तपासली आहे का? ज्यांनी प्रत्यक्ष प्रयोग करून पाहिले त्यांना अशा पद्धतीतला फोलपणा पटला आहे.

दोन शेतकरी शेजारी शेजारी एकाच धान्याची पिके काढतात. एक केवळ परंपरेनुसार शेती करतो, दुसरा वेगवेगळे प्रयोग करून पाहतो. दुसऱ्याचे प्रयोग एक-दोन-तीन वेळा फसतील पण त्या अनुभवाने शहाणे होऊन तो उत्पन्न वाढवण्यात - पुष्कळ वाढवण्यात - यशस्वी ठरतो. आपल्या देशातील हरितक्रांतीचे रहस्य अशा प्रयोगांतच आहे.

दैनंदिन जीवनात वैज्ञानिक दृष्टिकोन आणला तर अशा प्रयोगांद्वारे प्रश्नांची उत्तरे शोधता शोधता आपले जीवनमान उंचावण्यास मदत मिळते. 'असे का?' हे विचारणे आणि शंकासमाधान सप्रमाण, प्रयोगातून झाल्याशिवाय पुढे न जाणे हाच वैज्ञानिक दृष्टिकोन.

आज 'विज्ञानयुग' आहे. विज्ञानाचा बोलबाला आहे. परंतु अंधश्रद्धा अद्याप मिटल्या नाहीत. तथाकथित साधू-बाबा लोक 'चमत्कार' करून लोकांना आपल्याकडे आकृष्ट करून स्वत:चा फायदा करून घेतात. पण हे चमत्कार म्हणजे फसवाफसवीचेच प्रकार असतात.

एक साधू महाशय दावा करीत की, ते नुसते पाणी घालून शेगडीशिवाय भात शिजवू शकत. खरोखर हा चमत्कार कसा शक्य होता? एका चौकस गृहस्थाने साधूमहाराजांचे नीट अवलोकन करून तोच चमत्कार करून दाखवला! महाराज तांदुळाबरोबर चुना मिसळीत. त्यात पाणी घातले की साहजिकच रासायनिक

प्रक्रिया घडून येते आणि त्यामुळे उत्पन्न झालेल्या उष्णतेने पाणी तापे. प्रत्यक्ष प्रयोग असे 'सामान्य' माणसाने करून दाखवल्यावर साहजिकच साधूमहाराजांनी आपले चंबुगबाळे आटपले.

आज देशाला उत्कर्ष साधण्यासाठी विधायक प्रयोगांची गरज आहे. तथाकथित चमत्कारांची नव्हे. नवे प्रयोग केल्याशिवाय आपली स्थिती सुधारणार कशी? प्रयोग नेहमीच यशस्वी होत नाहीत... पण अखेर यशस्वी झाले की त्यांचा फायदा समाजाची स्थिती सुधारण्यात होतो.

भारताने अंतराळ तंत्रज्ञानात शिरकाव करताना केलेले अग्निबाण, अंतराळ प्रेक्षेपण, कृत्रिम उपग्रह यांवर केलेले प्रयोग प्रथम प्रथम फसले. पण त्या अनुभवातून मिळालेल्या शहाणपणातून आज आपण यशाच्या पायऱ्या चढत आहोत. भूस्थिर उपग्रह, दूरून पृथ्वीचे निरीक्षण करणारे उपग्रह, ते वर चढवणारे अग्निबाण हे आज यशस्वी होतात ते त्याच अनुभवामुळे.

म्हणून प्रयोगाला पर्याय नाही.

• • •

१७.

मुलांनी शोधक वृत्ती बाणवावी

सुप्रसिद्ध खगोलभौतिकी, शास्त्रज्ञ फ्रेड हॉएल आपल्या आत्मचरित्रात त्यांच्या प्राथमिक शालेय जीवनातील एका घटनेचा उल्लेख करतात. त्यांच्या शाळेतील शिक्षकांनी एकदा वर्गात सांगितले की एका विशिष्ट प्रकारच्या फुलाला पाच पाकळ्या असतात. लहानग्या फ्रेडच्या मनात या फुलाबद्दल जिज्ञासा निर्माण झाली. ते फूल प्रत्यक्ष बघून त्याच्या पाच पाकळ्या मोजून खात्री करून घ्यायची त्याला तीव्र इच्छा झाली. तशा प्रकारच्या बऱ्याच फुलांचे निरीक्षण केल्यानंतर ती बहुतेक सर्व फुले पाच पाकळ्यांची असली तरी त्यातल्या एका फुलाला मात्र सहा पाकळ्या असल्याचे फ्रेडला आढळले. त्याने ते सहा पाकळ्यांचे फूल आपल्या शिक्षकांना दाखविले. फुलाला जर पाचाच्या ऐवजी चार पाकळ्या असत्या तर 'एक पाकळी गळून गेली' असे त्याचे स्पष्टीकरण देता आले असते. पण या सहाव्या जादा पाकळीचे काय स्पष्टीकरण देता येऊ शकणार? फ्रेडने सहा पाकळ्यांचे फूल आणले होते. फुलाला पाच पाकळ्या असण्याचा नियम चुकीचा होता काय असा फ्रेडचा प्रश्न होता. शिक्षकांना अशा प्रश्नांची सवय नव्हती. फ्रेडच्या प्रश्नाचे त्यांच्याकडे उत्तर नव्हते. शेवटी शिक्षकांना उलट प्रश्न विचारणाऱ्या या विद्यार्थ्याच्या कानामागे आवाज काढून त्यांनी तो प्रश्न मिटवला. यामुळे फ्रेड मात्र दबला नाही. घरी जाऊन, 'माझ्या रास्त शंकेला, योग्य प्रश्नाला उत्तर द्यायची ही

फ्रेड हॉएल

पद्धत नाही' असं आपल्या आईला पटवून देत शाळा बदलण्यासाठी आईचं मन वळवण्यात तो यशस्वी झाला!

स्वाक्षरीची पत्रे

मुलांच्या जिज्ञासू वृत्तीवर विरजण घालण्याच्या बाबतीत आपल्या भारतातील शाळा देखील मागे नाहीत. पाठ्यपुस्तकातील धडे आणि त्यातील प्रश्नांची उत्तरे घोकंपट्टी करून मुखोद्गत करण्यासाठी विद्यार्थ्यांना भाग पाडलं जातं. त्या धड्याचा विषय अथवा प्रश्नांचा अर्थ समजतोय वा नाही हा भाग अलाहिदा. आणि जर समजत नसेल तर त्यांना पडलेल्या स्वाभाविक प्रश्नांना उत्तरे देण्याचा काहीही प्रयत्न या शाळांच्या शिक्षण पद्धतीत नसतो.

अशा परिस्थितीत मी माझ्यापुरता पुढीलप्रमाणे तोडगा काढला होता. गेली काही वर्षे विद्यार्थ्यांच्या जिज्ञासू वृत्तीची जोपासना करण्यासाठी, त्यांना प्रश्न विचारण्यास उद्युक्त करण्यासाठी मी एक योजना राबवित आलो होतो. साधारणपणे कोठेही माझे जाहीर भाषण आटोपल्यानंतर स्वाक्षरी मागणाऱ्यांची एक अटळ रीघ लागते. तेथल्या तेथे स्वाक्षरी देण्याऐवजी मी आधीच एक घोषणा करीत असे. ''ज्याला माझी स्वाक्षरी हवी असेल त्याने आजच्या भाषणातील विषयासंबंधी कोणताही एक प्रश्न मला पोस्टकार्डद्वारे विचारल्यास त्या प्रश्नाचे उत्तर माझ्या स्वाक्षरीसह मी त्याला पाठवेन. अशा प्रकारे त्यांना माझी स्वाक्षरी मिळवता येईल.''

एखाद्या वक्त्याचे भाषण आटोपल्यानंतर त्याची स्वाक्षरी घेण्यासाठी गर्दी करण्याची एक प्रथा असते. अशी गर्दी करणाऱ्यांपैकी फार थोडे त्या वक्त्याने भाषणात मांडलेल्या विषयाबद्दल गंभीर असतात. फार थोड्यांना त्या विषयात रस असतो. बऱ्याचजणांना त्या वक्त्याची पुरेशी माहितीदेखील नसते. यामुळे मागाहून पत्र पाठवायचे म्हटल्यावर अगदी निवडक खरेखुरे जिज्ञासू त्यांना पडलेले प्रश्न विचारण्यासाठी पत्र पाठवण्याचे कष्ट घेतील हा अंदाज खरा ठरला. आणि अशा प्रश्नकर्त्यांना स्वाक्षरीसह उत्तरे देण्यासाठी आनंदाने वेळ देण्याची माझी तयारी होती. अशा प्रश्नांमधून त्यांच्या जिज्ञासेला वाट मिळत होती. मुंबईतील एका गैरसरकारी संस्थेने नंतर मला आलेल्या प्रश्नांची आणि मी दिलेल्या उत्तरांची 'पोस्टकार्डद्वारे विज्ञान' या नावाची एक पुस्तिका मराठीत प्रकाशित केली.

आपल्या भारतीयांमध्ये एक मोठा दुर्गुण आहे. एखाद्या चांगल्या हेतुने सुरू केलेल्या कार्याचा दुरुपयोग करण्यात आम्ही चांगलेच पारंगत आहोत.

पत्रोत्तराच्या योजनेत माझा हेतू विद्यार्थ्यांना पडणारे स्वाभाविक आणि उत्स्फूर्त असे प्रश्न विचारण्यासाठी त्यांना प्रोत्साहन देणे, उद्युक्त करणे हा होता. पण त्याचाही दुरुपयोग केला गेला. काही शाळांतील शिक्षकांनी मला पाठविण्यासाठी वर्गातील विद्यार्थ्यांना प्रश्न लिहून द्यायला सुरुवात केली. मग विद्यार्थी ते प्रश्न पोस्टकार्डावर लिहून मला पाठवत असत. अशा रितीने एकाच तऱ्हेचा प्रश्न असलेली पन्नासएक पोस्टकार्डे दर आठवड्याला मला मिळू लागली. सगळ्या पत्रांची भाषा, प्रश्न विचारण्याची पद्धत आणि स्वाक्षरी देण्याविषयीची विनंती एकसारखी असे. अर्थातच ही सगळी पत्रे एकाच शाळेच्या एकाच इयत्तेच्या विद्यार्थ्यांकडून आलेली असत. काही विद्यार्थी तर त्यांच्या पाठ्यपुस्तकातील नेहमीचे प्रश्न विचारू लागले. 'आता डॉ.नारळीकर तुमच्या प्रश्नांची उत्तरे देताहेत तर तुमचे प्रश्न तुम्ही मला न विचारता त्यांनाच विचारा....' असं त्यांचे शिक्षकच त्यांना सांगू लागले. म्हणून नाईलाजाने मी आता माझी प्रश्नोत्तराची योजना थांबविली आहे.

काही अपवाद सोडले तर आपल्या शाळांमधले अभ्यासक्रम, शिकवण्याच्या पद्धती आणि परीक्षा-पद्धती या साचेबंद आणि घोकंपट्टीचा पुरस्कार करणाऱ्या आहेत. विद्यार्थ्यांनी विचारलेल्या प्रश्नांकडे अनेक कारणांमुळे दुर्लक्ष केलं जातं. शिक्षकांना विद्यार्थ्यांच्या प्रश्नांना उत्तर देण्यासाठी आत्मविश्वास नसतो. किंवा एखादा प्रश्न मग तो कितीही चांगला असला तरी त्याचा शाळेच्या अभ्यासक्रमातील विषयांशी थेट संबंध नसतो. किंवा वर्गातील विद्यार्थ्यांची संख्या एवढी भरमसाट असते की प्रत्येक विद्यार्थ्याशी स्वतंत्रपणे संपर्क ठेवणे शिक्षकांसाठी अशक्यप्राय असते. आणि अर्थातच वेळेचा अभाव, शाळेचा अभ्यासक्रम पुरा करायलाच वेळ अपूरा असतो तेव्हा विद्यार्थ्यांच्या प्रश्नांना उत्तरे देण्याचा प्रश्नच नसतो.

अयोग्य जिज्ञासा

कारण काही असो, शाळेच्या अभ्यासात जिज्ञासेचा क्रम शेवटी लागतो. शालेय अभ्यासक्रमात विषयांचे पाठांतर अग्रक्रमाने येते. आमचे पूर्वजदेखील असाच अभ्यास करत असत, पाठांतराने अनेक विषय मुखोद्गत करूनच त्यांनी ज्ञान मिळवले असे आपण मोठ्या अभिमानाने सांगत असतो. तोंडी शिकलेले ज्ञान पाठांतरानेच पुढच्या पिढीपर्यंत पोचवले जाई. अशाच तऱ्हेने पिढ्यान् पिढ्या ज्ञानाचा प्रसार होत आलेला आहे. वेदाभ्यासाचा प्रसारदेखील या पद्धतीनेच झाला आहे. इतर पश्चिमी देशांप्रमाणे किंवा चीन देशाप्रमाणे, लिखित स्वरूपातील समृद्ध ज्ञानाचा आमच्याकडे अभाव असण्याचेही हेच कारण आहे.

घोकंपट्टीने मिळविलेल्या या ज्ञानामुळे मूलभूत ज्ञानप्राप्तीचा मार्गच खुंटतो; खऱ्या ज्ञानाचा विकास होऊ शकत नाही, ज्ञानात काही भर पडत नाही. अशा प्रकारचे ज्ञान उत्स्फूर्त, नाविन्यपूर्ण आणि निर्मितीक्षम नसते. अशा ज्ञानात अस्सलपणा नसतो. मी दहाव्या वर्गात असतानाचा एक प्रसंग मला आठवतो. मी पायथॅगोरसच्या प्रमेयाची एक नवीन आणि संक्षिप्त उकल शोधून काढली होती. सहामाही परीक्षेत मी त्या पद्धतीने पायथॅगोरस प्रमेय सोडवले. माझ्या वर्गशिक्षकांनी मला बोलावून सांगितले की माझी ही नवी पद्धत चांगली आहे आणि त्यांनी मला त्यासाठी पूर्ण गुणही दिले होते. पण बोर्डाच्या परीक्षेत मात्र या नव्या पद्धतीने प्रमेय न सोडविण्याबद्दल त्यांनी मला खबरदार केले. बोर्डाच्या परीक्षकाला कदाचित ही नवी पद्धत बरोबर वाटणार नाही असे त्यांचे मत होते. माझ्या त्या वर्गशिक्षकांचे शब्द मला अजूनही आठवतात; ते म्हणाले होते, ''परीक्षकांनी ही नेहमीपेक्षा वेगळी आकृती पाहिल्यानंतर, तू लिहिलेली संपूर्ण उकल वाचण्याच्या फंदात न पडता ते तुझी पद्धत चूक ठरवून शून्य गुण देतील. कारण संपूर्ण उत्तरपत्रिका तपासण्याकरता त्यांच्याकडे पुरेसा वेळ नसतो.''

वेळेचा अभाव हा एक प्रमुख दोष आपल्या शिक्षणपद्धतीत नेहमीच गृहित धरला जातो. भरमसाट अभ्यासक्रमाच्या ओझ्याखाली, प्रचंड संख्येने भरलेल्या विद्यार्थ्यांच्या वर्गाला शिकवतांना मध्ये पडणाऱ्या सुट्ट्या आणि अधून मधून होणाऱ्या हरताळ-बंदसारख्या अडथळ्यांवर मात करत असताना, विद्यार्थ्यांच्या प्रश्नांना उत्तरे देऊन नवीनच कटकटी वाढवायला कोणाला वेळ आहे?

वर्गातील विद्यार्थ्यांची संख्या कमी करून लहान आकाराचे वर्ग घेण्यासाठी तसेच सोप्या आणि योग्य अशा अभ्यासक्रमाचा अंतर्भाव त्यांच्या शिक्षणपद्धतीत करण्यासाठी जास्तीत जास्त शाळांना उद्युक्त करण्याची, प्रोत्साहन देण्याची आज मोठी आवश्यकता आहे. आपल्याकडच्या विधीमंडळांना त्यांच्या प्राथमिकता बाजूला सारून या गोष्टींचा विचार करायला अद्याप बराच वेळ लागेल.

शोध आणि उकल

काही जरी असले तरी, शिक्षकांना भविष्यात डोकावण्याइतका वेळ नसला तरीही आपण विद्यार्थ्यांनाच थोडेसे आत्मनिर्भर होण्यासाठी प्रवृत्त करू शकू काय? त्यांना पडणाऱ्या प्रश्नांची उत्तरे ते स्वत:च मिळवू शकतील काय? लपंडावाच्या खेळात लपलेल्या खेळाडूला शोधून काढण्यात मुलांना जशी मौज वाटते, त्याचप्रमाणे आपल्याला पडणाऱ्या प्रश्नांची उकल करण्यात, उत्तरांचा शोध स्वत:च घेण्यात ते रस घेऊ शकतील काय? शाळेमध्ये जर 'एनसायक्लोपिडिया', 'हूज-हू'

सारखी माहितीचा साठा असलेली पुस्तके असतील, विशेषत: नेहमी विचारल्या जाणाऱ्या प्रश्नांची उत्तरे देणारी, अशासारख्या विषयांवर लिहिलेली पुस्तके असतील, तर ती पुस्तके चाळून विद्यार्थी त्यांना पडणाऱ्या प्रश्नांची उत्तरे स्वत:च शोधू शकतील. इंटरनेट माध्यमाचा होणारा जलद प्रसार, वाढत जाणारा आवाका आणि कमी होत जाणारा खर्च यामुळे इंटरनेटची सोय असलेले संगणक या शोधकार्यात एक अमूल्य साधन ठरू शकतील. एखादी हवी असलेली माहिती अचूक देणारी वेबसाईट इंटरनेटवर शोध घेताना सापडली की माझ्यासारख्या साठी गाठलेल्यालादेखील एखाद्या मुलाला यावे तसे स्फुरण चढते, अत्युच्च आनंदाचा अनभव येतो.

पण या सगळ्या गोष्टी प्रत्यक्षात येण्यासाठी 'शोध आणि उकल' अशासारख्या काही अभिनव उपक्रम शाळांना राबवावा लागेल. कला, क्रीडा तसेच कवायतीसाठी असतो तसा एक स्वतंत्र 'तास' शाळांमधून सुरू करावा लागेल. या तासाला विद्यार्थ्यांना त्यांच्या प्रश्नांचे संदर्भ, उत्तरे स्वत:च शोधण्यासाठी, शाळेच्या वाचनालयात तसेच माहितीकेंद्रात मोकळे सोडले जाईल. याचे कारण म्हणजे आपल्या शिक्षणपद्धतीतील पाठ्यपुस्तक अभ्यासक्रमाव्यतिरिक्तही अनेक प्रश्न त्यांना पडत असतात. जेव्हा जेव्हा मी अशा प्रकारे विद्यार्थ्यांना प्रश्नोत्तराच्या सत्रांमध्ये गुंतवतो तेव्हा मीही स्वत: त्यातून बरेच काही नवीन शिकलेलो असतो असा माझा स्वत:चा अनुभव आहे!

• • •

१८.

ऊर्जा आणि पर्यावरण

दगडावर दगड घासून आग उत्पन्न करता येते हा शोध पुरातन गुहावासी मानवाने लावला तेव्हापासून त्याची उर्जेची भूक वाढू लागली. अर्थात वडवानलाचे रूप त्याने तत्पूर्वी पाहिले असणार, पण तो आग उत्पन्न होण्याचा नैसर्गिक प्रकार. स्वत:च्या गरजेप्रमाणे आग उत्पन्न करता येणे वेगळे. सुरुवातीच्या काळात ही गरज मर्यादित होती. ती भागवण्यासाठी वाळक्या लाकडांचा उपयोग त्याने केला असेल. त्यात त्याचा आणि निसर्गाचा परस्परविरोध झाला नाही. कारण दावानलाच्या स्वरूपात निसर्गही वाळक्या लाकडांना संपवीत असे.

जसजसा मानव प्रगतिपथावर पुढे जाऊ लागला तशी त्याची ऊर्जेची गरज वाढली. पण ही गरज विलक्षण वेगाने वाढत आहे ती या शतकात. विज्ञान तंत्रज्ञानाच्या विविध शोधांनी अनेक सुखसोयी पुरविल्या. त्यासाठी ऊर्जेची किंमत मोजावी लागते. विकसित आणि विकासशील राष्ट्रांमधला फरक दरडोई किती ऊर्जा खर्च केली जाते यावरून कळतो. केवळ चैनीच्याच वस्तू नव्हे तर पुरेसे खाद्यान्न तयार करण्यासाठी किंवा औषधोपचारासाठी ऊर्जा खर्च होते, ती वेगळीच.

पर्यावरणाशी संतुलित ऊर्जा वापर आवश्यक

ऊर्जेच्या वाढत्या वापरामुळे पर्यावरणाचा समतोल ढासळतो. एकतर नैसर्गिक नियमाप्रमाणे ऊर्जेचा वापर १००% कार्यक्षम होऊ शकत नाही. जर तो ७०% इतका असेल तर ३०% ऊर्जा उष्णतेच्या रूपात खर्च होते. तिचा उपसर्ग मानव आणि निसर्ग

दोघांना होतो. शिवाय रासायनिक क्रियांद्वारे ऊर्जा मिळवल्यास रासायनिक प्रदूषण होते. अणूभट्ट्यांतील अणूगर्भीय प्रक्रियांतून निर्माण होणारे प्रदूषण वेगळेच.

अशा पार्श्वभूमीवर सतत वाढत जाणाऱ्या ऊर्जा-गरजेला तोंड कसे द्यायचे?

पोखरण येथील स्फोटांनी जगाचे लक्ष अण्वस्त्रांवर केंद्रित केले. जगातील सर्व मानवांचा, नव्हे जीवसृष्टीचा नाश करण्याचे सामर्थ्य सध्या प्रगत अण्वस्त्रधारी देशांच्या साठ्याच्या अल्पांशात आहे. पण जरी सर्व अण्वस्त्रांचा साठा निष्क्रिय करण्याचे दिवास्वप्न साकार झाले तरी शांततामय मार्गाने चालू असलेल्या अणूभट्ट्यांतून उद्‌भवणाऱ्या प्रदूषणाचा प्रश्न सुटणार नाही. कारण इंधन वापरून उरलेल्या लगद्यातून किरणोत्सर्ग होतच राहतो.

तेव्हा ऊर्जा वापराकरिता दूरगामी विचार करणे आवश्यक आहे. इथे सध्या उपलब्ध नसलेले, पण पुढील २-३ दशकांत साध्य होतील अशी अशा बाळगण्याजोगे दोन पर्याय डोळ्यांसमोर येतात.

अणुगर्भातील ऊर्जा

पहिला पर्याय अणुगर्भाचे संलपन (न्यूक्लियर फ्यूजन). म्हणजे थोडक्यात हायड्रोजन बॉम्बच्या शांततापूर्ण रूपाचा वापर. हायड्रोजन बॉम्बमध्ये हायड्रोजनच्या अणुगर्भाचे फ्यूजन होऊन हिलियमचा अणुगर्भ तयार होतो. या प्रक्रियेत ऊर्जा बाहेर पडते, पण ती स्फोटक रूपात. हीच ऊर्जा संथ स्वरूपात बाहेर पडली तर? एक किलो हायड्रोजन वापरून (इंधन म्हणून) आपण त्यातून किती ऊर्जा काढू शकू? एका मेगावॉटचे पॉवर स्टेशन २० वर्षे चालू शकेल इतकी.

अणुऊर्जा प्रकल्प

अशा प्रकारे ऊर्जा तयार करण्याचे काम सूर्याच्या गाभ्यात सतत चालू आहे - गेली साडे चार अब्ज वर्षे चालू होते आणि पुढे सुमारे सहा अब्ज वर्षे चालू राहील. जे सूर्याला शक्य झाले ते पृथ्वीवर घडवून आणण्याचे आव्हान सध्या मानवापुढे आहे. त्यासाठी हायड्रोजनचा प्लाझ्मा कोटीच्यापेक्षा जास्त तपमानापर्यंत तापवून चुंबकीय शक्तींच्या आधारे एकत्र बंदिस्त करावा लागेल. सामान्य हायड्रोजन ऐवजी जड हायड्रोजन जड पाण्यातून मिळू शकतो आणि जड पाणी समुद्रातून. म्हणजे जर ही सर्व किमया साध्य झाली तर समुद्र घुसळून त्यातून अत्यावश्यक गरजेचे समाधान करणारे साधन काढले असे होईल. भोवताली

मुबलक समुद्र असलेल्या भारताला ऊर्जेची ददात पडू नये. अणुगर्भ फोडून ऊर्जा काढण्याच्या सध्याच्या मार्गापेक्षा अणुगर्भ जोडून ऊर्जा मिळविणे अधिक सोयीचे आणि पर्यावरणाला कमी त्रासदायक ठरावे.

सौरऊर्जा

आणखी एक वेगळा प्रकार, जो भारतासारख्या देशाने आणखी फायदा घेण्यासारखा. तो म्हणजे सौर ऊर्जेचा प्रकाश मुबलक असलेल्या भूभागाला अजून त्याचा पुरेसा फायदा घेता आलेला नाही. याचे एक कारण, अद्याप सूर्यप्रकाशातून अधिक कार्यक्षमपणे (आणि म्हणून स्वस्त दरात!) ऊर्जा काढून वापरणे जमले पाहिजे. प्रयोग चालू आहेत आणि कार्यक्षमता वाढवणे हळूहळू जमते आहे. भविष्यकाळात कोळसा, पेट्रोलसदृश ऊर्जासाठे दुर्मीळ होत चालले की सौर ऊर्जेचे महत्त्व वाढेल.

सौरऊर्जा

पण अख्ख्या पृथ्वीला सौरऊर्जा पुरवू शकणारे विशाल अंतराळ प्रकल्पदेखील मानवाच्या विचाराधीन आहेत. आपण भिंगाने सूर्यप्रकाश केंद्रित करून कागद जाळू शकतो. भिंगाप्रमाणेच अंतर्गोल आरसे देखील ही कामगिरी करू शकतात. अंतराळात विशाल अंतर्गोल आरसे सतत सूर्याभिमुख राहतील असे ठेवून, त्यांच्यामार्फत सौरऊर्जा एकत्र केंद्रित करून तिचे मायक्रोवेव्ह (सूक्ष्म लहरी) मध्ये रूपांतर करून, पृथ्वीकडे पाठवून तिथल्या विद्युतकेंद्रांना ती ऊर्जा पोहोचविणे हे त्या महत्त्वाकांक्षी प्रकल्पाचे उद्दिष्ट आहे. त्या मार्गात पर्यावरणाला धोका नाही. नैसर्गिक समतोल ढासळणार नाही आणि सहा अब्ज वर्षांपर्यंत ऊर्जेचा स्त्रोत 'गॅरंटीड' आहे.

त्यासाठी अर्थातच सुरुवातीला प्रकल्प उभारणीचा खर्च मोठा असेल. पण नंतर वापराचा खर्च नगण्य. कारण सूर्य सतत ऊर्जापुरवठा करत राहणार.

हे तंत्रज्ञान आज शक्य नसले तरी एकविसाव्या शतकाच्या पूर्वार्धात नक्की साध्य होण्यासारखे आहे. तोपर्यंत चालू मार्गांनी ऊर्जावापर करताना आपण सर्वांनीच आत्मनियंत्रणाची आणि पर्यावरण जोपासण्याची खबरदारी घेणे क्रमप्राप्त आहे.

• • •

१९.

न्यूटनच्या बागेतले सफरचंदाचे झाड

पाश्चात्त्य पुरातन वाङ्मयात सफरचंदाने महत्त्वाची भूमिका बजावली आहे. ॲडम आणि ईव्ह यांच्या अध:पतनाचे कारण म्हणजे ईव्हला सफरचंदाने घातलेली भुरळ. ट्रॉयचे महाभारत घडून यायला एक सफरचंद कारणीभूत झाले. तेव्हा पाश्चात्त्य विज्ञानाच्या आदिकाळातल्या एका महत्त्वाच्या हकीगतीत सफरचंद गुंफले जावे यात आश्चर्य नाही.

तो काळ होता १६६५-६६ दरम्यानचा. नवोदित शास्त्रज्ञ आयझॅक न्यूटन प्लेगच्या साथीमुळे आपली कर्मभूमी केंब्रिज सोडून जन्मभूमी, वुल्स्थॉर्पच्या खेड्यात राहायला आला होता. न्यूटनच्या चरित्राचा अभ्यास केल्यावर असे दिसून येते की हा खेडेगावात घालवलेला कालखंड न्यूटनच्या विज्ञानसृजनातला एक महत्त्वाचा टप्पा होता. त्याने लावलेल्या अनेक महत्त्वाच्या शोधांची सुरुवात तेव्हा झाली. त्यापैकी एक शोध होता गुरुत्वाकर्षणाच्या नियमाचा. आणि त्या शोधाच्या गाष्टीत सफरचंद येते.

असे म्हणतात की न्यूटन आपल्या घराच्या बागेत तेथील सफरचंदाच्या झाडाखाली विचार करत बसला असता त्याच्या डोक्यावर एक सफरचंद पडले. त्यामुळे त्याच्या डोक्यात एक वेगळीच विचारमालिका सुरू झाली. सफरचंद खाली का पडते? 'वर' का नाही? बाजूला का नाही? त्यातून ही कल्पना उद्‌भवली की पृथ्वीच्या गुरुत्वाकर्षणामुळे सफरचंद 'तसे' पडले. मग हा प्रश्न, हे आकर्षण किती अंतरापर्यंत प्रभावी ठरते? चंद्रावरही पृथ्वीचे गुरुत्वाकर्षण प्रभाव टाकते, म्हणून चंद्र पृथ्वीभोवती फिरत राहतो.

खरोखर असे घडले का? न्यूटनने गुरुत्वाकर्षणाचा नियम आणि त्यासंबंधीचे गणित सुमारे वीस वर्षांनी आपल्या 'प्रिंकिपिया' ग्रंथात प्रसिद्ध केले. जर झाडाखाली त्याला हा नियम गवसला होता तर तो इतक्या महत्त्वाच्या शोधाची वाच्यता करायला वीस वर्षे का थांबला?

खुद्द न्यूटनच्या पहिल्या चरित्रलेखकाने, डेव्हिड ब्रूस्टर याने सफरचंदाच्या घटनेबद्दल शंका व्यक्त केली आहे. त्यानंतरच्या काही लेखकांनी न्यूटनबद्दल लिहिताना सफरचंदाचा उल्लेखही टाळला. पण त्या-उलट स्टयूक्ली यांनी मात्र त्याबद्दल सविस्तर लिहिले आहे. ते म्हणतात की १५ एप्रिल, १७२६ रोजी ते केन्सिंग्टन येथील न्यूटनच्या निवासस्थानी जेवायला गेले होते तेव्हा.

''हवा उष्ण असल्याने आम्ही बगीचात काही सफरचंदाच्या झाडांखाली सावलीत बसून चहा घेतला - फक्त तो (न्यूटन) आणि मी. गप्पागोष्टीदरम्यान त्याने मला सांगितले की अशाच स्थितीत (सफरचंदाच्या झाडाखाली) असताना पूर्वी त्याला गुरुत्वाकर्षणाचा साक्षात्कार झाला होता - विचारमग्न स्थितीत असतांना सफरचंद पडल्यामुळे.''

न्यूटनच्या आणखी एका चिरपरिचिताने, कॉण्ड्युइट याने समर्थनात्मक विधान केले आहे.

'बगीचात बसून चिंतन करीत असताना त्याला सुचले की गुरुत्वाकर्षणाचा पल्ला (ज्यामुळे सफरचंद पृथ्वीवर पडले) मर्यादित नसून लांबवर पसरलेला आहे, अगदी चंद्रापर्यंतही का नव्हे? असा त्याने विचार केला.'

सफरचंदाच्या गोष्टीला व्होल्टेअरसारख्या लेखकाने बरीच प्रसिद्धी दिली. त्यामुळे जनसामान्यांपर्यंत ही कथा पोचली.

आपल्या आयुष्याच्या शेवटच्या दशकात न्यूटनने ही ५० वर्षांपूर्वीची हकिगत आपल्या चार नातलगांना - निकटवर्तीयांना सांगितलेली दिसते. अर्थात या हकिगतीवर कालानुसार विस्मरणाचा थोडाफार परिणाम असला तरी त्यावर विश्वास ठेवायला हरकत नाही. पण हाही प्रश्न उद्भवतो की आधीच्या काळात हॅले, ग्रेगरी सारख्या जवळच्या मित्रांना त्याने याबद्दल अंधारात का ठेवले?

सफरचंदाच्या झाडाचे वंशज

'सफरचंद पडल्यामुळे गुरुत्वाकर्षण सुचले' हे विधान जरी वादग्रस्त असले तरी सफरचंदाच्या झाडाबद्दल वाद नाही. न्यूटनच्या वुल्स्थॉर्प गावी असलेल्या घरातील बगीचात असे झाड होते आणि न्यूटन त्याखाली बसून चिंतन करी. त्याबद्दलही दुमत नाही. हे झाड १८१४ सालापर्यंत अस्तित्वात होते. ब्रूस्टरने

तेव्हा ते पाहिले आणि त्याचा अंतकाळ जवळ आल्याचे निदान केले. त्यानंतर काही वर्षे काठ्यांचा आधार देऊन ते टिकवण्याचा प्रयत्न झाला. पण १८२० साली वादळी हवेमुळे ते कलंडले आणि स्वर्गवासी झाले. लोकांनी झाडाचे लाकूड फर्निचरसाठी वापरले - वुल्स्थॉर्पच्या ग्रंथालयातील एक खुर्ची त्या लाकडातून बनवण्यात आली. स्मरणवस्तू म्हणून लाकडाचे लहान भाग काही लोकांनी जवळ बाळगले.

सुदैवाने झाड उत्तम स्थितीत असताना लॉर्ड ब्राउनलो यांच्या बेल्टजवळील बागेत कलम करून झाडाचा वंशज तयार केलेला होता. त्यापासून मूळ झाडाची वंशावळ सुरू झाली. लंडनजवळील 'क्यू' येथील रॉयल बोटॅनिक गार्डन आणि केंट काऊंटीतील ईस्ट मॉलिंग रिसर्च स्टेशन या दोन ठिकाणी ही वंशावळ जपली गेली, वाढवली गेली. पुढे केंट येथील ब्रॉग्डेल हॉर्टिकल्चर ट्रस्ट या ठिकाणी या वंशावळीत वाढलेली झाडे/रोपे मिळू लागली.

या झाडाला लागलेली सफरचंद कोणत्या जातीची, प्रकारची आहेत? १६२९ मध्ये प्रसिद्ध झालेल्या एका झाडाच्या पुस्तकात 'फ्लॉवर ऑफ केंट' या पार्किन्सनने नोंदलेल्या जातीतल्या फळांसारखी ही सफरचंदे आहेत. ही सफरचंदे आकाराने मोठ्यापैकी, रंगाने लालसर पण हिरव्या पिवळ्या बारक्या रेषा असलेली व बारीक खाचा असलेली सामान्यपणे शिजवून खाण्यासाठी (उदा. 'पाय'साठी) वापरतात.

या झाडाचे ऐतिहासिक महत्त्व लक्षात घेऊन काही प्रख्यात संस्थांनी त्यांचे वंशज आपआपल्या आवारात आवर्जून लावले आहेत. ट्रिनिटी कॉलेज, केंब्रिज आणि न्यूटन इन्स्टिट्यूट, केंब्रिज येथे ते पाहायला मिळतात. यासाठी आयुका या पुण्यातल्या संस्थेने काय प्रयत्न केले ते पाहू या.

ऑस्ट्रेलियातला अनुभव

'आयुका' हे नाव इंग्रजीतील 'इंटर युनिव्हर्सिटी सेंटर फॉर अॅस्ट्रॉनॉमी अँड अॅस्ट्रोफिजिक्स' या दीर्घ नावाच्या आद्याक्षरांतून तयार झाले. १९८८ डिसेंबर मध्ये स्थापन झालेली ही खगोलसंस्था पुण्यातील तिच्या वास्तूबद्दल ४-५ वर्षांतच प्रसिद्ध झाली. आणखी ४-५ वर्षांत स्वत:च्या शिक्षण संशोधन क्षेत्रातील कामगिरीबद्दल संस्था जगजाहीर झाली.

या दुसऱ्या कालखंडातील आयुकाची माहिती द्यायला मी विविध देशांत आपल्या संशोधनासाठी गेलेलो असताना प्रयत्नशील असे. १९९९ मध्ये ऑस्ट्रेलियात सिडनी येथील रेडिओ खगोल निरीक्षकांपुढे भाषण देताना पहिली

पाच मिनिटे स्लाइड शो करून आयुकाची 'जाहिरात' केली. (मी अशा जाहिरातीला टीव्ही कार्यक्रमापूर्वीचे कमर्शिअल म्हणत असे.) आयुकाच्या मुख्य प्रांगणात चार शास्त्रज्ञांचे पुतळे आहेत. - आर्यभट्ट, गॅलिलियो, न्यूटन आणि आइनस्टाइन, पैकी न्यूटन बसून खाली पडलेले सफरचंद न्याहाळतो आहे. हा पुतळा एका वटवृक्षाखाली आहे. तेव्हा मी म्हटले 'न्यूटन सफरचंदाकडे पाहून चिंताग्रस्त आहे की वडाच्या झाडातून सफरचंद कसे पडले!'' या भाष्यावर सभागृहात हास्याची लकेर उमटली. ती अर्थात मला अपेक्षित होती आणि पूर्वी अशाच व्याख्यानात अनुभवली पण होती.

पण व्याख्यान संपल्यावर आलेला अनुभव आगळावेगळाच होता. सी.एस.आय.आर.ओ. मध्ये (कॉमनवेल्थ सायंटिफिक अँड इंडस्ट्रियल रिसर्च ऑर्गनायझेशन) काम करणारे एक ज्येष्ठ शास्त्रज्ञ, रॉन ईकर्स यांनी मला गाठले. ते म्हणाले, ''तुम्ही न्यूटनच्या पुतळ्याबद्दल सांगितले त्या संदर्भात एक सूचना करावीशी वाटते. तुम्ही पुतळ्याच्या मागे सफरचंदाचे झाड का लावत नाही? विशेष प्रयत्न केलात तर तुम्ही न्यूटनच्या मूळ झाडाचा वंशज तेथे लावू शकाल.''

मला ती कल्पना आवडली पण मूळ झाडाचा वंशज मिळू शकतो - आज तीन शतकानंतर - हे मी पहिल्यांदाच ऐकत होतो. ईकर्सनी सांगितले की सी.एस. आय.आर.ओ. ने तसे झाड लावले आहे. मात्र त्यासाठी पुष्कळ प्रयत्न करावा लागला. ती सर्व हकिगत माझ्या पुण्याच्या पत्त्यावर पाठवून द्यायचे त्यांनी आश्वासन दिले.

त्यानुसार त्यांनी 'एका बी चा प्रवास' या शीर्षकाखाली मला ते वर्णन पाठवले. मोनॅश युनिव्हर्सिटीच्या कुलगुरु डॉ. माथेसन यांनी १९६३ साली इंग्लंडच्या प्रवासात अशा तऱ्हेचे झाड मिळवता येते ही माहिती ऐकली आणि ते झाड विद्यापीठासाठी मिळवण्याचा चंग बांधला. पण ऑस्ट्रेलियात बाहेरून वनस्पती, बिया वगैरे आणण्यावर कडक निर्बंध आहेत, त्याची त्यांना लवकरच जाणीव झाली. इंग्लंडचे ईस्ट मॉलिंग रिसर्च स्टेशन, ऑस्ट्रेलियातील (व्हिक्टोरियातले) प्रमुख क्वारंटाइन अधिकारी, मोनॅश विद्यापीठातले वनस्पती शास्त्राचे प्राध्यापक कॅनी आणि स्वत: कुलगुरू यांच्यात चतुरंगी पत्रव्यवहार सुरू झाला. मूळ झाडाचे कटिंग आणायला क्वारंटाइन अधिकाऱ्यांनी साफ नकार दिला. जेव्हा त्यांनी बियांवरही तोच निर्णय लादला तेव्हा कुलगुरूंनी हार मानली. ''आता ऑस्ट्रेलियासाठी गुरुत्त्वाकर्षणाचा नियम कोणीतरी या देशातच शोधला पाहिजे'' असे ते म्हणाले. पण काही दिवसांनी क्वारंटाइन अधिकारी थोडे नरम झाले. ते

म्हणाले, 'मी काही अल्पसंख्येने सफरचंदाच्या बिया आणायची परवानगी देतो. तेव्हा ऑस्ट्रेलियासाठी वेगळा गुरुत्त्वाकर्षणाचा नियम शोधण्यासाठी यातायात नको!''

अखेर बिया ऑस्ट्रेलियात आल्या. पण त्यातून झाड उगवले नाही. अनेक प्रयत्नांनंतर यश लाभले तेव्हा १९६६ हे वर्ष उजाडले होते.

ईकर्सने पाठवलेली हकिगत आणि इतर माहिती वाचून, हे काम दिसते तितके सोपे नाही हे मला उमगले. पण आपण प्रयत्न करायचाच असे मी ठरवले.

न्यूटनचे सफरचंदाचे झाड पुण्यात

मी या प्रकल्पाबद्दल पुण्यातल्या एक दोन फलतज्ज्ञांना सल्ला विचारला. त्या सर्वांनी निक्षून सांगितले की पुण्याच्या हवेत सफरचंदाचे झाड जगणार नाही. तेव्हा हा अव्यापरिषू व्यापार करू नका. मग मी गीतेतल्या कर्मयोग्याप्रमाणे फळाची आशा न धरता कर्म करायचे ठरवले. इंग्लंडमध्ये ट्रिनिटी कॉलेजकडे चौकशी केली आणि त्यांच्याकडून हॉर्टिकल्चरल ट्रस्टचा पत्ता मिळाला. या ट्रस्टने (यापुढे थोडक्यात बीएचटी) आम्हाला न्यूटनच्या झाडाच्या वंशजाची कटिंग्ज पाठवायची तयारी दर्शवली. 'कटिंग पोस्टाने पाठवता येतात, पण जर तुम्हाला प्रत्यक्ष घेऊन येणारा भेटला तर जास्त चांगले' बीएचटीने कळवले.

'प्रत्यक्ष घेऊन येणारा' कुठून मिळवायचा? १९९४ मध्ये सुरू झाले होते आणि फेब्रुवारीत सर फ्रेड हॉएल यांची आयुका भेट ठरली होती. ते माझे पीएच्. डी.चे मार्गदर्शक. मी बिचकत बिचकत त्यांना विचारले - ते वाहकाचे काम करतील का? त्यांनी तत्परतेने होकार कळवला आणि चार-पाच कटिंग घेऊनही आले.

त्यांच्या हस्ते त्याचे रोपण झाले. काही आठवड्यांनी त्यांना पालवी फुटली. पाचापैकी दोन रोपे विशेष तग धरून होती. पुढे त्यांना पांढरी फुलेही आली. 'इथपर्यंत तरी सफरचंदाचे झाड पुण्यात जगू शकते तर' मी मनाशी म्हटले. पण 'हा हंत हंत' काही महिन्यांनी सर्व रोपे वाळून गेली. ऑस्ट्रेलियाप्रमाणे पुन्हा प्रयत्न करायला पाहिजे.

दुसऱ्या प्रयत्नासाठी फ्रेड हॉएलसारखा 'रोपवाहक' उपलब्ध नव्हता. तेव्हा मी बीएचटीला विनंती केली की कटिंग पोस्टाने पाठवली जावीत. त्याप्रमाणे त्यांनी एअर मेलने ते पॅकेट पाठवले, आणि पाठवल्याचे आम्हाला फॅक्सने कळवले. त्यानंतर दोन आठवड्यांत ते पोचावे असा मी अंदाज बांधला. पण तसे झाले नाही. तेव्हा मी काळजी करायला सुरुवात केली. अखेर महिन्याभराने एक

पोस्टकार्ड आले. ते मुंबईच्या फॉरेन पोस्ट ऑफिसकडून आले होते. वाचायला अवघड अशा अक्षरात निरोप होता. 'तुमची रोपे आम्ही इथे ठेवली आहेत. धुराने निर्जंतुक करून घेऊन जा.' पत्र तीन आठवड्यापूर्वीचे होते पण खुद्द पोस्ट ऑफिसने धाडलेल्या कार्डाला मुंबई-पुणे प्रवासाला २० दिवस लागावेत?

गलथानपणा कोणी कुठे याचे विश्लेषण करून काही फायदा नव्हता. महिनाभर पोस्ट ऑफिसातल्या काळोखात काढून ती कटिंग्ज जगली असतील अशी आशा करणे हास्यास्पद होते. पण आमचे उद्यान समंत्रक म्हणाले, तो माल सोडवून तर आणू या. त्या काड्या वाळक्या निष्प्राण वाटत होत्या पण भूमातेच्या स्पर्शाने त्यात हिरवेपण आले. पालवी फुटली आणि मग एका रोपाला फुलेही आली. निसर्ग तारी त्याला पोस्ट ऑफिस कसे मारी?

पण या वेळीसुद्धा फुलांपलीकडे आम्ही मजल मारू शकलो नाही. तेव्हा आमच्या उद्यान समंत्रकांनी सुचवले, आपण तेथील रोप इथल्या रोपावर कलम करूया. म्हणजे 'देसी' सफरचंदाचे झाड लावून त्यावर न्यूटनचे झाड कलम करायचे. मी बीएचटीला लिहिले तर त्यांनी पण या प्रयोगाला मान्यता दर्शवली.

पण यावेळी बीएचटीने कळवले, 'भारतात रोपे पाठवण्याबद्दलचे क्वारंटाइनचे नियम कडक केले असल्याने तुम्ही काही सोपस्कार पूर्ण करून आमच्याकडे तसे सर्टिफिकेट पाठवणे आवश्यक आहे. ते मिळाल्यावर आम्ही रोपे पाठवू शकू.'

ज्या क्वारंटाइनने मोनॅश युनिव्हर्सिटीच्या कुलगुरुंना एवढी डोकेदुखी दिली तिचा आम्हाला उपसर्ग होत नाही याबद्दल मी तोपर्यंत स्वत:चे अभिनंदन करीत होतो. आता मलाही ती बाधा झाली. मी मुंबईत मंत्रालयात चौकशी केली. भारत सरकारच्या मुंबई-पुण्यातील काही कचेऱ्यांत फोन लावले. आणि आवश्यक ते सर्टिफिकेट महाकटकटीचे काम आहे असे कळले. आपणही आता कुलगुरुंप्रमाणे 'पराजितोऽस्मि' म्हणावे का अशा विवंचनेत असताना मला एक प्रकाशकिरण दिसला... पूर्ण अंधकार हटवायला एक किरणही पुरतो!

मी १९८६-८९ दरम्यान पंतप्रधान राजीव गांधींच्या विज्ञान सल्लागार समितीचा सदस्य होतो तेव्हा दिल्लीच्या शेतकी संस्थेचे संचालक विरेंदर लाल चोप्रा होते. १९९५ मध्ये ते योजना आयोगाचे सदस्य होते. मी त्यांना फोन लावून माझी व्यथा सांगितली. ''तुम्ही मुळीच काळजी करू नका'' चोप्रांनी आश्वासन दिले. ''सर्व तपशील माझ्याकडे पाठवा. माझे सहकारी आवश्यक ते सोपस्कार पूर्ण करून ती रोपे मिळवतील. त्यांना हा नेहमीचा अनुभव आहे. फक्त तुमचा पत्ता सांगा जिथे ही रोपे पुढे पाठवायची आहेत.''

विरेंदरनी आपला शब्द खरा केला. भारतात चक्रव्यूव्ह रचणारे नोकरशहा असले तरी त्यातून मार्ग काढत जाणारे अर्जुन, अभिमन्यू पण सापडतात. एका सकाळी बीएचटीने पाठवलेली रोपे माझ्या डेस्कवर अवतरली, आता चेंडू आमच्या कोर्टमध्ये होता.

झाडांची भरभराट

या वेळी आम्हाला बऱ्यापैकी यश मिळाले. कलम केलेली तीन झाडे जगली. पूर्वानुभवाने शहाणे होत आम्ही झाडांना पुण्याच्या भर उन्हाळ्यात (मार्च-मे) डोक्यावर छत्री पुरवली. त्यामुळे अतिउष्णतेचा त्रास झाला नाही. एक झाड न्यूटनमागे, एक आइन्स्टाइनशेजारी तर एक आयुकाच्या विज्ञानवाटिकेत अशी लावली. न्यूटनमागच्या झाडावर सतत वडाची सावली असल्याने त्याची वाढ हळू होती. काही काळ त्याच्यावर दिव्याचा प्रकाश टाकल्यावर ती सुधारली.

सर्वोत्तम प्रगती केली आइनस्टाइन जवळच्या झाडाने. १९९६ पासून सतत दहा वर्षे त्याला सफरचंदाची फळे लागत होती. लालसर अशी ती फळे कापून बारीक फोडी करून चहा-कॉफीच्या पॅन्ट्रीत ठेवली जात. येणाऱ्या जाणाऱ्याने एखादी फोड तोंडात टाकावी ! मी गमतीने म्हणे की आइनस्टाइन जवळचे झाड जास्त उत्तम प्रकृतीचे आहे याचा अर्थ त्याचा गुरुत्वाकर्षणाचा नियम जास्त परिपूर्ण आहे.

रॉन ईकर्सना मी फळे असलेल्या झाडाचे छायाचित्र पाठवून त्यांना ही कल्पना सुचवल्याबद्दल धन्यवाद दिले. त्यांना ही वार्ता ऐकून आनंद झाला आणि त्यांनी या घटनेचा उल्लेख काही ठिकाणी केल्याचे माझ्या कानावर आले.

न्यूटनचे झाड भारतात आले आणि टिकले, वाढले याचे कौतुक झाले. प्रसारमाध्यमांनी, रेडिओ, टीव्ही, वृत्तपत्रे यांनी त्याला प्रसिद्धी दिली. अर्थात कौतुकाबरोबर टीकाही झाली. पाश्चात्त्य विज्ञानाचे प्रतीक भारतात आणून नारळीकरांनी नेमके काय सिद्ध केले? विज्ञानाला अशा प्रतीकांच्या कुबड्या लागाव्यात यातून विज्ञानाचा दुबळेपणा सिद्ध होत नाही का? इत्यादी इत्यादी. तेव्हा मी कोणत्या भावनेने हा 'उपद्व्याप' केला ते थोडक्यात मांडतो.

विज्ञानाचा स्वत:चा इतिहास आहे. वैज्ञानिकांना अचानक नव्या कल्पना सुचतात तसेच त्यांच्या हातून चुकाही होतात. खुद्द न्यूटन दोन्ही बाबतीत प्रसिद्ध आहे. तसेच वैज्ञानिक शोध ज्या यांत्रिक माध्यमातून लागतात त्यांनाही वैज्ञानिक इतिहासात महत्त्व असते. म्हणून शोधांची उपकरणे वैज्ञानिक प्रयोगशाळांत व संग्रहालयात जपून ठेवली जातात. ही प्रतीके विज्ञानाचे अवमूल्यन करत नाहीत.

विज्ञानाच्या विद्यार्थ्यांना, संशोधकांना ती प्रेरणादायी ठरतात. न्यूटनच्या झाडाचे ऐतिहासिक महत्त्व आहे. खगोल विज्ञान, नव्हे संपूर्ण भौतिकशास्त्र यांना पायाभूत ठरलेल्या न्यूटनच्या संशोधनाचा संबंध या झाडाशी जोडला जातो. पाठ्यपुस्तकात या झाडाचा उल्लेख असतो. तेव्हा त्याचा वंशज विद्यार्थ्यांपुढे उभा करणे शक्य झाले याचा मला आनंद वाटतो.

न्यूटनच्या झाडाबाबत वरील उलटसुलट चर्चा चालू असताना मला रा.ना. दांडेकर यांचे समर्थनाचे पत्र आले. त्यांत त्यांनी स्वत:चा अनुभव सांगितला. अनेक वर्षांपूर्वी त्यांनी विद्यापीठ अनुदान मंडळाच्या अध्यक्षांना सुचवले होते की बोधगया येथील ज्या बोधिवृक्षाखाली गौतम बुद्धांना ज्ञान लाभले त्याचे वंशज प्रत्येक विद्यापीठात वाढवावेत. भारतीय शासकीय प्रथेप्रमाणे त्यांना त्यांच्या पत्राची पोचदेखील मिळाली नाही.

शेवट

२००७ मध्ये तीनही झाडे कसलीतरी कीड लागून कालवश झाली. पुण्याच्या हवामानात झाड जगू शकते व सफरचंद पुरवू शकते हे मात्र त्यांनी सिद्ध केले. इंग्लंडमध्ये १००-१५० वर्षे आयुष्य असलेली ही झाडे इथे १०-१२ वर्षेच का जगली, त्यांचे आयुर्मान कसे वाढवता येईल या प्रश्नांची उत्तरे मिळवण्याच्या दृष्टीने प्रयत्न चालू आहेत.

• • •

संदर्भ सूची

मी शास्त्रज्ञ कसा झालो	SOUVENIR, 33rd Jawaharlal Nehru National Science Exhibition for Children-November 2006, NCERT – New Delhi, NCERT – Pune)
असे वैज्ञानिक, अशी माणसे	ऋतुगंध दिवाळी अंक १९८२ , ज्ञानविकास दिवाळी अंक १९८७
विज्ञान आणि तंत्रज्ञान	आठवण आणि शिकवण : शिक्षण संक्रमण : फेब्रुवारी २००१
विज्ञान आणि अद्‌भुत	सायन्स अँड सोसायटी: नोव्हेंबर ८१ या अंकातून
विज्ञान : एक जादूचा दिवा	किर्लोस्कर मासिक, जानेवारी १९७८
विज्ञानयुगात भारत	मौज, दिवाळी १९८७
खगोल विज्ञान का शिकावे?	'नवलाईचा खगोल' या आकाशवाणी मालिकेच्या समारोप कार्यक्रमातील प्रसारित भाषण
विज्ञान आणि खगोलशास्त्र	कै. रा.म. दुभाषी स्मारक व्याख्यानमाला, १९८६
खगोलशास्त्रातील सुरस आणि चमत्कारिक गोष्टी	तरुण भारत, पुणे दीपावली विशेषांक १९८१
संपले मंगळाचे अमंगळत्व	अंधश्रद्धा निर्मूलन वार्तापत्र, दिवाळी अंक १९९७
वैज्ञानिक चौकटीतून फलज्योतिषाचे मूल्यांकन	मिळून साऱ्याजणी : ऑगस्ट ९१
एक उपेक्षित वैज्ञानिक : आल्फ्रेड वेगेनर	टॉनिक २००५,०६
भारतीय शास्त्रज्ञ व्यथित का?	विश्व विज्ञान
मुलांनी शोधक वृत्ती बाणवावी	विश्व विज्ञान
ऊर्जा आणि पर्यावरण	वनराई दिवाळी अंक १९९८
न्यूटनच्या बागेतले	मराठी विज्ञान परिषद पत्रिका,
सफरचंदाचे झाड	दिवाळी अंक, नोव्हेंबर २००८

लेखक परिचय

डॉ. जयंत विष्णू नारळीकर

आंतरराष्ट्रीय दर्जाचे संशोधक व शास्त्रज्ञ

- महाराष्ट्रातील कोल्हापूर येथे १९ जुलै १९३८ रोजी जन्मलेले डॉ. जयंत नारळीकर यांचे पदवीपर्यंतचे शिक्षण बनारस हिंदू युनिव्हर्सिटी येथे झाले. १९५७मध्ये त्यांना जे.एन. टाटा शिष्यवृत्ती मिळाली व केंब्रिज विद्यापीठात ते पदव्युत्तर शिक्षणासाठी गेले. तिथे स्टार रँगलरचा प्रतिष्ठित दर्जा मिळवून ट्रायपॉस स्पर्धेतील टायसन मेडल त्यांनी प्राप्त केले. १९६३मध्ये प्रख्यात खगोलशास्त्रज्ञ फ्रेड हॉएल यांच्या मार्गदर्शनांतर्गत पीएच.डी. व १९६७मध्ये केंब्रिजमधील सर्वाधिक प्रतिष्ठित असे ॲडम्स पारितोषिक त्यांना मिळाले.
- १९७२मध्ये डॉ. नारळीकर भारतात परतले आणि टाटा इन्स्टिट्यूट ऑफ फंडामेंटल रिसर्च या मुंबईतील संस्थेत खगोल भौतिकशास्त्राचे प्राध्यापक म्हणून रुजू झाले. या संस्थेत विभागप्रमुख म्हणून १६ वर्षे काम करीत त्यांनी या विभागाला आंतरराष्ट्रीय प्रतिष्ठा मिळवून दिली.
- १९८८मध्ये विद्यापीठ अनुदान मंडळाच्या विनंतीवरून पुण्यात इंटरयुनिव्हर्सिटी सेंटर फॉर ॲस्ट्रॉनॉमी अँड ॲस्ट्रोफिजिक्स (आयुका) उभारण्याची जबाबदारी डॉ. नारळीकरांनी स्वीकारली व १९८९ ते २००३पर्यंत आयुकाचे संचालक म्हणून त्यांनी काम केले. आयुकामध्ये होणारे दर्जेदार कार्यक्रम व येथील खगोल वैज्ञानिक संशोधनामुळे या संस्थेला आंतरराष्ट्रीय कीर्ती लाभली आहे. २०१२मध्ये उत्कृष्ट विज्ञान संस्था स्थापनेसाठी दिला जाणारा थर्ड वर्ल्ड ॲकॅडमीचा पुरस्कार डॉ. नारळीकर यांना मिळाला आहे.

- वैज्ञानिकांनी आपली सामाजिक बांधिलकी विज्ञान बहुजनांपर्यंत पोचवून सिद्ध करावी, असे डॉ. नारळीकर यांचे मत आहे. लेख, भाषणे, विज्ञानकथा, पुस्तके, टीव्हीवरील कार्यक्रम, चित्रपट अशा बहुविध माध्यमांद्वारे त्यांनी मराठी, हिंदी आणि इंग्लिशमधून विज्ञान जनसामान्यांपर्यंत पोचवले आहे. त्यांच्या या कार्याचा गौरव करण्यासाठी युनेस्कोने १९९६मध्ये कलिंग पुरस्काराने त्यांना सन्मानित केले.
- वयाच्या अवघ्या २७व्या वर्षी 'पद्मभूषण', 'पद्मविभूषण', फाय फाउंडेशनचा राष्ट्रभूषण पुरस्कार, महाराष्ट्र शासनाचा 'महाराष्ट्र भूषण' पुरस्कार अशा बहुप्रतिष्ठित पुरस्कारांसह अन्य शेकडो पुरस्कारांचे ते मानकरी आहेत. इंडियन ॲकॅडमी ऑफ सायन्सेस, इंडियन नॅशनल सायन्स ॲकॅडमी, नॅशनल ॲकॅडमी, नॅशनल ॲकॅडमी ऑफ सायन्सेस, इंडिया, थर्ड वर्ल्ड ॲकॅडमी ऑफ सायन्सेस आदि संस्थांचे ते सन्माननीय सदस्य असून रॉयल ॲस्ट्रॉनॉमिकल सोसायटी, लंडनचे ते असोसिएट आहेत.

● ● ●

www.ingramcontent.com/pod-product-compliance
Lightning Source LLC
LaVergne TN
LVHW100842051026
849519LV00006B/2392